நீண்டகாலம் ஆசிரியப் பணி அனுபவம், கல்விக் கொள்கைகள் குறித்த ஆய்வு ஆகியவற்றுக்கு அப்பால் 'மாற்றுக் கல்வி' அணுகல் முறைகளிலும் மிக்க ஆர்வமுடையவர் அ. மார்க்ஸ் *(பி. 1949)*. தொண்ணூறுகளில் *நிறப்பிரிகை* இதழ் இவ்வாறு மாற்றுக் கல்வி, மாற்றுக் கலாச்சாரம், மாற்று மருத்துவம், மாற்று அரசியல், மாற்று வரலாறெழுதியல் ஆகியவற்றை முன்னெடுத்தபோது அவை ஒவ்வொன்று குறித்தும் ஆழமான பல கட்டுரைகளை எழுதியவர் அவர். நிறப்பிரிகையில் வெளிவந்த இப்படியான கட்டுரைகள், விவாதங்கள் *மாற்றுகளைத் தேடி* என்னும் தலைப்பில் ஒரு தனி நூலாகவும் அப்போது வெளிவந்தது. பாவ்லோ ஃப்ரெய்ரே தமது பல நூல்களில் முன்வைத்த கருத்துகள் அனைத்தையும் சுருக்கமாக உள்ளடக்கி இந்நூலை அவர் ஆக்கியுள்ள பாங்கு வியப்புக்குரியது.

# மாற்றுக் கல்வி

# பாவ்லோ ஃப்ரெய்ரே

## சொல்வதென்ன?

அ. மார்க்ஸ்

அடையாளம்

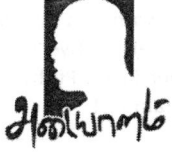

முதல் அடையாளம் பதிப்பு 2018

© அ. மார்க்ஸ்

வெளியீடு: அடையாளம், 1205/1 கருப்பூர் சாலை, புத்தாநத்தம் 621310, திருச்சி மாவட்டம், இந்தியா, தொலைபேசி: 04332 273444

நூல் வடிவம்: த பாபிரஸ், அச்சாக்கம்: அடையாளம் பிரஸ், இந்தியா

**ISBN 978 81 7720 289 2**

விலை: ₹ 50

> *Maatruk kalvi: Paulo freire solvathenna?* is an introduction to alternatives for education Paulo freire's perspective in Tamil by A. Marx, Published by Adaiyaalam, 1205/1 Karupur Road, Puthanatham 621310, Thiruchi Dist., India, email: info@adaiyaalam.net

ஐந்தாம் வகுப்புவரை
என்னைப் பள்ளிக்
கொடுமையிலிருந்து
காப்பாற்றிய
என் பெற்றோருக்கு...

## பொருளடக்கம்

|   |   |   |
|---|---|---|
|   | ஐந்தாம் மீள்பதிப்பு முன்னுரை | ix |
|   | முன்னுரை | xii |
|   | பாவ்லோ ஃப்ரெய்ரே வாழ்க்கைக் குறிப்பு | xv |
| 1 | மனிதனும் மிருகமும் | 1 |
| 2 | பண்பாட்டு ஆக்கிரமிப்பும் மௌனப் பண்பாடும் | 5 |
| 3 | விடுதலைக்கான பண்பாட்டு நடவடிக்கை | 8 |
| 4 | ஒடுக்குமுறைக்கான கல்வி | 14 |
| 5 | ஒடுக்கப்பட்டோரின் விடுதலைக்கான கல்வி | 18 |
| 6 | முறை | 23 |
| 7 | ஃப்ரெய்ரேயின் மீது விமர்சனங்கள் | 34 |
| 8 | இங்கே இப்போது எந்த அளவிற்குச் சாத்தியம் | 41 |
| 9 | பின்குறிப்பு | 44 |

# ஐந்தாம் மீள்பதிப்பு முன்னுரை

'ஒருவரை நிர்வாணமான சிந்தனா சக்தி உடையவராக ஆக்குவது தான் கல்வி' என்கிற பொருளில் கல்வியின் நோக்கத்தை விளக்குவார் நம் காலத்தின் மிக முக்கியமான சுயசிந்தனையாளராக வாழ்ந்த தந்தை பெரியார். இதன் பொருள் சமூக மனிதர்களாகிய நாம் இயல்பில் கல்வி அறிவற்றவர்களாக இருப்பதில்லை என்பதுதான். அதாவது கல்வி என்பது பள்ளி அல்லது கல்லூரிகளில் மட்டும் பயிற்றுவிக்கப்படும் ஒன்றல்ல. அன்றாட வாழ்வில் மனிதர்கள் பல்வேறு அனுபவங்களின் ஊடாகவும் நிறுவனங்களின் ஊடாகவும் இந்த உலகம் குறித்தும், தாம் வாழும் சமூகம் குறித்தும் கருத்துகளை உருவாக்கிக்கொண்டே உள்ளனர். சரியாகச் சொல்வதானால் அப்படியான கருத்துகள் அவர்களுக்கு ஊட்டப் பட்டுக்கொண்டே உள்ளன. ஆனால் இப்படி அவர்கள் கற்றுக் கொள்பவை அனைத்தும் அவர்களைத் தம் அடிமைத் தளைகளி லிருந்து விடுவிப்பதற்குப் பதிலாக மேலும் அடிமைத் தளைக்குத் தங்களை ஆட்படுத்திக்கொள்பவர்களாகவே ஆக்குகின்றன என்பதுதான் பெரியார் சொல்ல வருவது. எனவே உண்மையான கல்வி என்பது இப்படி இந்த உலகமும் சமூகமும் நம்முள் புகுத்தி வைத்துள்ள 'இந்தக் கல்வியை' நம்மிடமிருந்து அகற்றி நம்மை நிர்வாணமாக்குவதுதான் என்பதே பெரியார் சொல்ல வருவது.

ரிசைஃப் பல்கலைக்கழகத்தின் பண்பாட்டு விரிவாக்கச் சேவையைத் தொடங்கி அதன் முதல் இயக்குநராக இருந்தவரும் பிரேசில், சிலி, கினியாபிஸ்ஸா, நிகரகுவா, டான்சானியா முதலிய பின்தங்கிய நாடுகளில் மிகப் பெரிய அளவில் வயதுவந்தோர் கல்வியை முன்னெடுத்தவராகவும் விளங்கிய பாவ்லோ ரெக்லஸ் நெவிஸ் ஃப்ரெய்ரே *(1921-97)* கல்வி குறித்துப் பெரியார் சொன்ன

அதே கருத்தை வேறு சொற்களில் முன்வைத்தவர். ஃப்ரெய்ரேயின் கருத்துப்படி கல்வி என்பது 'நடுநிலையானது' அல்ல. கல்வி என்பது அறியாமையிலிருந்தும் அடிமைத்தளைகளிலிருந்தும் மக்களை விடுவிப்பதாகவும் இருக்க முடியும்; மேலும் அவர்களை அறியாமையிலும் அடிமைத் தளையிலும் ஆழ்த்துவதாகவும் இருக்க முடியும் என்பதைச் சுட்டிக் காட்டிய ஃப்ரெய்ரே, அந்த அடிப்படையில்தான் கல்வியை நடுநிலையானது அல்ல என்றார்.

அந்த வகையில் பெருந்திரள் மக்களுக்கான விடுதலைக் கல்வி குறித்துப் பேசி, சென்ற நூற்றாண்டின் மிக முக்கியமான ஒரு மாற்றுக் கல்வியாளராகப் வெளிப்போந்தவர்தான் ஃப்ரெய்ரே.

அவரது கல்விச் செயல்பாடுகளின் ஊடாக மக்கள் விழிப்பூட்டப் படுவதை எதேச்சாதிகார அரசுகள் அச்சத்துடன் நோக்கின. விழிப்புணர்வு என்பதென்ன? நமக்குக் கையளிக்கப்பட்ட உலகமும் வாழ்க்கையும் மாற்ற இயலாத ஒன்று என்கிற நினைப்பில் இருந்து விடுபடுவதுதான். அவ்வாறு உலகம் மாற்ற இயலாத ஒன்று என்கிற நினைப்பிலிருந்து விடுபட்ட மக்களால் கையளிக்கப் பட்ட உலகைச் சுமந்துகொண்டு சும்மா இருக்க இயலாது. அவர்கள் அதை மாற்ற முயல்வார்கள்.

சுருங்கச் சொல்வதானால் எந்த அரசும் இப்படியான விடுதலைக் கல்வியை முன்னெடுக்காது என்பதுதான்.

பாவ்லோ ஃப்ரெய்ரே சென்ற நூற்றாண்டின் பிற்பகுதியில் செயல்பட்டவர். பாசிசம் வீழ்த்தப்பட்டுப் புதிய விடுதலைச் சிந்தனைகள் கிளர்ந்துகொண்டிருந்த காலம் அது. இன்று உலகெங்கிலும் புதிய சிந்தனைகள் வீழ்த்தப்பட்டு, பாசிசம் புதிய வடிவங்களில் இன்னும் நுணுக்கமாக மேலெழும் ஒரு கார்பொரேட் உலகில் நாம் வாழ்ந்துகொண்டுள்ளோம். இன்று கல்வி என்பது முழுக்க முழுக்க கார்பொரேட் மயமாகியுள்ளது. இன்றைய உலகில் பாவ்லோ ஃப்ரெய்ரேவுக்கு இடமே இல்லை. மிகவும் துயரத்துக்குரிய எதார்த்தம் இது.

எனில் என்ன செய்வது? நம் குழந்தைகளை இப்படிக் கார்பொரேட் சேவக அடிமைகளாகத்தான் வளர்க்கப் போகிறோமா? மத மௌடீகங்களில் ஆழ்த்தப்பட்ட பிண்டங்களாகத்தான் ஆளாக்கப்போகிறோமா?

மனிதர்களை மிருகங்களிடமிருந்து பிரித்து நிறுத்துவது இந்த விடுதலை உணர்வுதான். நம் பிள்ளைகளை எப்படி நாம் மனிதர்களாக வளர்க்கப் போகிறோம்? இன்றைய கல்விமுறை அதற்கு உதவவே உதவாத நிலையில் நாம் முதலில் மனிதர்களை மனிதர்களாக்கும் விடுதலைக் கல்வி குறித்த சிந்தனைகளை அறிந்துகொள்வோம். ஏதோ ஒருவகையில் அந்தத் திசையில் நாமும் மனிதர்களாக முயல்வோம். நம் குழந்தைகளையும் மனிதர்களாக வளர்க்க முயல்வோம்.

கால் நூற்றாண்டுக்குமுன் வெளிவந்து, குறைந்தபட்சம் நான்கு மீள்பதிப்புகளைக் கண்ட இந்நூல், மீண்டும் புதிய பதிப்பாக வெளி வருவதற்கான தேவை முன்னைக் காட்டிலும் இப்போது அதிகமாக உள்ளதாகவே உணர்கிறேன்.

இந்தப் பதிப்பை வெளியிடும் அடையாளம் பதிப்புக் குழுவினருக்கு என் நன்றிகள்.

அ. மார்க்ஸ்

சென்னை
மே 4, 2018

## முன்னுரை

குழந்தைகளால் மிகவும் வெறுக்கப்படக்கூடிய ஒரு இடம் உள்ள தெனில் அது பள்ளிக்கூடம்தான். சந்திரபாபு ஒரு படத்தில் பாடுவார் இல்லையா — தன் காதலிக்காக அவர் யாராலும் செய்ய இயலாத சிலவற்றைச் செய்வதாகப் பட்டியலிடும்போது அவர் சொல்வார் — 'பள்ளியில இன்னொரு தரம் படிக்கட்டுமா?'

கல்வி குறித்த நமது பார்வை இந்நூலின் இறுதியில் குறிப்பிடப் படும் மரபுவழிப்பட்ட பார்வையிலிருந்து எந்த அம்சத்திலும் மாறிவிடவில்லை என்பதன் விளைவுதான் இது. கல்விக்கூடங் களைக் குழந்தைகள் விரும்பும் இடமாக மாற்றுவதற்கு நமது இந்த அணுகல்முறை முதலில் தூக்கி எறியப்பட வேண்டும். இதனை அப்படியே வைத்துக்கொண்டு புதிது புதிதாகக் கல்வியின் உள்ளடக்கங்களை மட்டும் மாற்றினால் போதாது.

பிள்ளைகள் விருப்புற்றுக் கற்கும் இடமாக மட்டுமல்ல. விடுதலை பெற்ற மனநிலையை உருவாக்கும் வளாகமாகவும் பள்ளிகள் அமைய வேண்டும். இன்றைய கல்விமுறை நம்மை அடிமைத்தனத்தில் ஆழ்த்துகிற கல்விமுறை; இத்தகைய மந்தை வாழ்வை நேசிக்கும் மனநிலையை உருவாக்குகிற கல்விமுறை என்கிறார் புகழ்பெற்ற மாற்றுக் கல்வியாளர் பாவ்லோ ஃப்ரெய்ரே.

கல்விக்கூடம், மருத்துவமனை, குடும்பம், மொழி, உடல் இப்படியான நுண்களங்களில் அதிகாரம் செயல்படுவது குறித்த சிந்தனைகளை நிறப்பிரிகை வெளிப்படுத்திக்கொண்டிருந்த காலகட்டத்தில் பல்வேறு மாற்று அணுகல்முறைகளையும் அறிமுகப்படுத்தி வந்தோம். அப்போது எழுதப்பட்டதுதான் (நிறப்பிரிகை-4, பிப்ரவரி 1992) 'பாவ்லோ ஃப்ரெய்ரே'யின் கல்விமுறை பற்றிய இக்கட்டுரை.

நவீன சிந்தனைகளை எல்லாம் உள்வாங்கி நடைமுறையிலுள்ள கல்வியின் மீதான தன் விமர்சனத்தை ஆழமான தத்துவப் பின்னணியோடு முன்வைக்கிறார் ஃபாவ்லோ ப்ரெய்ரே. 'விடுதலைக் கல்வி', 'மௌனப் பண்பாடு', 'விடுதலை அச்சம்', 'வைப்புமுறைக் கல்வி', massification, regimentation... எனப் பல்வேறு சிந்தனைக் கருக்களை அவர் அறிமுகப்படுத்துகிறார். சற்றுச் செறிவாக எழுதப்பட்டுள்ள இப்பகுதியைத் தோழர்கள் முயன்று வாசிக்க வேண்டுகிறேன். பல பக்கங்களில் விரித்து எழுதப்பட வேண்டியவை ரொம்பவும் சுருக்கமாக இங்கே சொல்லப்பட்டிருந்த போதிலும் கவனம் குவித்து வாசித்தால் புரிந்துகொள்வதில் சிக்கலிருக்காது.

வழக்கம்போல ஃப்ரெய்ரே மீதான விமர்சனங்களையும், இன்றைய சாத்தியக் கூறுகளையும், முறைசார் கல்விக்குள் இதனை நடைமுறைப்படுத்தும்போது ஏற்படக்கூடிய சிரமங்களையும்கூட ஓரளவு தொட்டுக் காட்டியுள்ளேன்.

நிறப்பிரிகையில் வெளிவந்தபோது பெரிதும் வரவேற்கப்பட்ட கட்டுரைகளில் ஒன்று இது. பின்னர் இது நிறப்பிரிகை வெளியீடாக வந்த *மாற்றுக்களைத் தேடி* நூலில் இடம்பெற்றது. பின்னர் இது அடையாளம் பதிப்புக்குழு வெளியிட்ட *ஒழுங்கவிழ்ப்பின் தேவைகள் சாத்தியங்கள்* (2006) தொகுப்பிலும் இடம்பெற்றது. தற்போது வெளிவருகிற எனது இரண்டாவது பெருந்தொகுப்பாகிய *பின்நவீனத்துவம் இலக்கியம் அரசியல்* என்னும் நூலிலும் (2009) இது இடம்பெறுகிறது. எனினும் சமச்சீர்க் கல்வி, செயல்முறைக் கல்வி ஆகியன குறித்த விவாதங்கள் நடைபெற்றுக்கொண்டுள்ள சூழலில் ஃப்ரெய்ரே குறித்த இக்கட்டுரையை தனியே வெளியிடுவது அவசியம் எனப் பலர், குறிப்பாக ஆசிரியர்கள் கேட்டுக் கொண்டதற்கிணங்க குறுநூல் வரிசையில் இன்று இது வெளியிடப்படுகிறது. மாற்றுக் கல்வியின் நடைமுறைகள் பற்றி மேலும் அறிய எனது 'ஒழுங்கவிழ்ப்பும் முழுவிடுதலையும்: சில நடைமுறைச் சிக்கல்கள்' ( *நிறப்பிரிகை*-6, ஏப்ரல் 1993) கட்டுரையையும் சேர்த்து வாசிக்கவும்.

இந்திய அளவில் ஒரு முன்னோடிச் செயல்பாடாகத் தமிழக அரசு தனது பள்ளிகளில் 'செயல்முறைக் கல்வி' (Action Based

Learning) முறையை அறிமுகப்படுத்தியுள்ளது மிகவும் வரவேற்கத் தக்க ஒன்று. மாணவர் நலனில் அக்கறையுள்ள ஆசிரியர்கள் பலரும் இதில் ஈடுபாட்டுடன் பங்கேற்ற போதும் ஆசிரியர் இயக்கங்கள் சில இதற்கு எதிர்ப்புத் தெரிவிப்பது வேதனை. ஆசிரியர் பற்றாக்குறை முதலான சில குறைபாடுகளைக் களைந்து இம்முறை செழுமையுடன் செயல்படுவதற்கு நாம் எல்லோரும் ஒத்துழைப்பதே அவசியம். இத்தகைய மாற்றுக் கல்வி முறைகளின் தத்துவார்த்தப் பின்னணியை விளங்கிகொள்ள இக்குறுநூல் பயன்படும் என நம்புகிறேன்.

ஐந்தாம் வகுப்புவரை பள்ளிக் கொடுமைகளிலிருந்து தப்பியவன் நான். நாடுகடத்தப்பட்டு வந்து தஞ்சை மாவட்டக் குக்கிராமம் ஒன்றில் தனது புதிய வாழ்வை வறுமைமிக்க ஓர் சூழலில் தொடங்கியிருந்தார் என் தந்தை. அம்மா ஒன்பதாம் வகுப்புவரை படித்தவர். ஐந்தாம் வகுப்புவரை பள்ளியில் சேர்க்காமல் வீட்டிலேயே சொல்லித்தந்து பின்னர் அரசுப் பள்ளி ஒன்றில் சேர்த்தார்கள். குறைந்த வயது என்பதற்காகச் சிறப்பு அனுமதி பெற்று நான் சேர்க்கப்பட்டேன். ஆக சுமார் ஆறு ஆண்டு காலம் வருகைப் பதிவு, வீட்டுப்பாடம், தேர்வு, ranking, சீருடை, எதுவுமில்லாமல் பள்ளிக் கொடுமைகளிலிருந்து தப்பித்து வாழும் பாக்கியம் பெற்றேன். அவர்களுக்கு நன்றி கூறி இந்த நூலைச் சமர்ப்பிக்கிறேன்.

அ. மார்க்ஸ்

## பாவ்லோ ஃப்ரெய்ரே
## வாழ்க்கைக் குறிப்பு

மூன்றாம் உலக நாடுகளுக்கான விடுதலைக் கல்வியாளராக அறிமுகமாகியுள்ள பாவ்லோ ஃப்ரெய்ரே குறித்துத் தமிழ்ச் சூழலில் கடந்த இரண்டாண்டுகளாக அதிகம் பேசப்பட்டாலும் கல்வி பற்றிய அவரது கருத்துகள் இங்கே விரிவாக அறிமுகம் செய்யப்படவில்லை. நுண்களங்களில் அதிகாரத்திற்கு எதிரான மாற்றுகள் பற்றி யோசிக்கத் தொடங்கியுள்ள இன்றைய சூழலில் மாற்றுக் கல்வி பற்றிய பாவ்லோ ஃப்ரெய்ரேயின் கருத்துகள் இங்கே சுருக்கித் தொகுக்கப்படுகின்றன. ஒரே மாதிரியான கருத்துகளை அவர் பலமுறை திருப்பித் திருப்பி வலியுறுத்துவதென்பது இத்தகைய சுருக்கத்தை நமக்கு எளிதாக்கியுள்ளது.

- 1921: தென் அமெரிக்காவிலுள்ள பிரேசில் நாட்டில் அட்லாண்டிக் கரையோரமான ரெசிஃப்பில் ஒரு மத்தியதரக் கத்தோலிக்கக் குடும்பத்தில் பிறப்பு. இளமையில் வறுமை.

- 1942: ரெசிஃப் பல்கலைக்கழகத்தில் போர்த்துக்கீசிய மொழி ஆசிரியராகத் தேர்வு.

- 1944: இன்னொரு ஆசிரியரான 'எல்சா'வை மணந்துகொள்கிறார். ஆசிரியப் பணி தவிர இருவரும் கத்தோலிக்கக் குழுக்களுடன் சேர்ந்து மத்தியதர வர்க்கக் குடும்பங்களின் மத்தியில் கல்விப் பணிபுரிகின்றனர். ஏழைமக்கள் மத்தியில் கல்விப் பணிபுரிய விருப்பம்.

- 1959: வயதுவந்தோருக்கான கல்வி குறித்து ரெசிஃப் பல்கலைக் கழகத்தில் டாக்டர் பட்டம் பெறுகிறார்.

*1962:* ரெசிஃபே நகராட்சியில் வயதுவந்தோர் கல்விக்கான ஒருங்கிணைப்பாளராகப் பொறுப்பேற்கிறார். பண்பாட்டுக் குழுக்களைக் கட்டி வெற்றியடைகிறார்.

*1963:* ஜோவா கவுலார்ட் தலைமையிலான தேர்ந்தெடுக்கப்பட்ட அரசு (Popular Government) ஃப்ரெய்ரேவைத் தேசிய எழுத்தறிவு இயக்கத்தின் தலைவராக நியமிக்கிறது. இருபதாயிரம் பண்பாட்டுக் குழுக்களை நாடு முழுவதிலும் உருவாக்கி அடுத்த ஆண்டுக்குள் இருபது லட்சம் பேரை விழிப்புணர்வு உடைய எழுத்தறிவாளர்களாக மாற்றும் தீவிர முயற்சி தொடர்கிறது. சனாதனிகள் இம்முயற்சியை எதிர்க்கின்றனர். ரியோ-டி- ஜெனரோவிலிருந்து வெளிவந்த ஓ குளோபா என்னும் இதழ் ஃப்ரெய்ரேவை மக்கள்

மத்தியில் கிளர்ச்சியை விதைப்பவராகக் குற்றஞ்சாட்டுகிறது. நாட்டைப் 'போல்ஷ்விச'மயமாக்குவதாக அவர் பொதுவில் குற்றம் சுமத்தப்படுகிறார்.

1964: பிரேசிலில் எழுத்தறிவற்றவர்களுக்கு வாக்குரிமை இல்லை. ஏராளமானோரை எழுத்தறிவுடையவர்களாக மாற்றுகிற ஃப்ரெய்ரேயின் நடைமுறை அங்குள்ள அதிகாரச் சம நிலையில் மாற்றங்களை ஏற்படுத்தியது. சமூகத்தின் இதர துறைகளில் ஏற்பட்ட ஜனநாயகப்பாட்டுடன் கல்வித் துறையில் ஏற்பட்ட இம்முயற்சியும் ஒருங்கிணைந்தது. சிலரின் ஏகபோக அதிகாரத்திற்கு இது ஊறுவிளைவித்து விடும் என்று அஞ்சிய இராணுவம் கவுலார்ட் அரசைக் கவிழ்த்து அதிகாரத்தைக் கைப்பற்றியது. இன்றுவரை இராணுவ ஆட்சி தொடர்கிறது.

பாவ்லோ ஃப்ரெய்ரே கைது செய்யப்பட்டுச் சிறையிலிடப் படுகிறார். அமெரிக்காவுக்கும் கடவுளுக்கும் எதிரானவராக ஃப்ரெய்ரே குற்றஞ்சாட்டப்படுகிறார். எழுபது நாள்கள் சிறை வாசத்திற்குப் பிறகு 'பொலிவியா'வில் அரசியல் தஞ்சம்புக அனுமதிக்கப்படுகிறார். அடுத்த பதினைந்து நாள்களுக்குள் அங்கும் ஓர் ஆட்சிக் கவிழ்ப்பு நிகழவே ஃப்ரெய்ரே சிலியில் தஞ்சம் புகுகிறார். அடுத்த ஐந்தாண்டுகளுக்கு அவர் சிலியிலேயே இருக்க வேண்டியதாகிறது.

1965: சிலி பல்கலைக்கழகத்தில் பொறுப்பேற்ற ஃப்ரெய்ரேவை எடுவார்டோ பிரே தலைமையிலான கிறிஸ்தவ ஜனநாயக அரசு அங்குள்ள வயதுவந்தோர் கல்வித் திட்டத்தில் பங்கு பெற அழைக்கிறது. கல்விக் கோட்பாடுகள் பற்றிய ஃப்ரெய்ரேவின் முக்கிய நூல்கள் பல இக்காலகட்டத்தில் எழுதப்பட்டு வெளியாகின்றன.

1969: அமெரிக்க ஹார்வர்டு பல்கலைக்கழகத்தில் கல்வித் துறையில் வருகைப் பேராசிரியராகப் பொறுப்பேற்கிறார். ஜொனாதன் கொசோல், இவான் இல்லிச் போன்றோருடன் தொடர்புகொள்கிறார்.

1970: அல்லெண்டேயின் மார்க்சிய அரசிலும் ஃப்ரெய்ரேயின் பணி தொடர்கிறது. ஜெனிவாவிலுள்ள மாதா கோவில்களுக்கான

உலகக் குழுவில் கல்வி ஆலோசகராகப் பொறுப்பு ஏற்கிறார்.

1971: 'பண்பாட்டு நடவடிக்கைக்கான நிறுவனம்' என்கிற அமைப்பைத் தொடங்குகிறார்.

1973: பினோசெட் தலைமையில் அல்லெண்டே அரசு கவிழ்க்கப் பட்டபோது ஃப்ரெய்ரே சிலி அரசுக்கும் வேண்டாதவர் ஆகிறார்.

தொடர்ந்து பெரு, அங்கோலா, மொசாம்பிக், தான்சானியா, கினியா பிசா போன்ற லத்தீன் அமெரிக்க மற்றும் ஆப்ரிக்க நாடுகளின் கல்விப் பணிகளில் ஃப்ரெய்ரே பங்குபெறுகிறார். குறிப்பாக அமில்கார் கப்ராலின் தலைமையிலான தேசிய விடுதலைக்குப் பிந்திய சூழலில் கினியாபிசாவின் உருவாக்கத்தில் கல்வி ஆலோசகராக ஃப்ரெய்ரே முக்கியப் பங்கு பெறுகிறார்.

1960களின் தொடக்கத்தில் உலகெங்கிலும் சனநாயக எழுச்சி களும் மாணவர் கிளர்ச்சிகளும் தோன்றின. பதிலாக விடுதலை பெற்ற நாடுகளின் தேசிய உருவாக்கத்தில் மக்கள் மனப் பூர்வமாகப் பங்கேற்றிருந்தனர். அமெரிக்கா போன்ற நாடு களிலும் சிவில் உரிமை, போர் எதிர்ப்பு இயக்கங்கள் வலுப் பெற்றிருந்தன. சகல துறைகளிலும் கோட்பாட்டு ரீதியான புத்தெழுச்சிகளும் தோன்றின. பல்கலைக்கழக வளாகங்களில் இவ்வெதிர்ப்புகளும் எழுச்சிகளும் எதிரொலித்தன. நிலவும் கல்வி பற்றிய சிந்தனைகள் தோன்றின. இந்தச் சூழலின் வெளிப்பாடாகவே இவான் இல்லிச், பாவ்லோ ஃப்ரெய்ரே போன்றோரைக் காணவேண்டும். ஃப்ரெய்ரேயின் சிந்தனை களை இனி தொகுத்துக்கொள்வோம். சார்த்தர், மௌனியர், எரிக் ஃப்ரம், மார்க்ஸ், அல்துஸர், ஆர்டிகா கேசட், மாவோ, சேகுவாரா, மார்க்யூஸ் ஆகியோரின் சிந்தனைகளின் செல்வாக்கு ஃப்ரெய்ரேயில் படிந்துள்ளது என்பர்.

# 1

# மனிதனும் மிருகமும்

மனிதனாக இருத்தல் என்பது மற்றவர்களுடனும் உலகுடனும் உறவை ஏற்படுத்திக்கொள்வதே. எனவே தன்னில் இருந்து வேறுபட்ட புறவயமான எதார்த்தமாக உலகை மனிதனால் காண முடிகிறது. 'தான்', 'தானல்லாதது' எனப் பிரித்துப் பார்க்கும் போது தானல்லாத எதார்த்தம் அவனது அறிதலுக்குட்பட்ட பொருளாகி விடுகிறது. மிருகங்கள் அப்படியல்ல; அவை எதார்த்தத்தில் மூழ்கி விடுகின்றன. எதார்த்தத்தைப் புறவயமாக்கி அவற்றால் பார்க்க முடியாது. வேறு வார்த்தைகளில் சொல்வதானால் மிருகங்கள் உலகில் உள்ளன. மனிதனோ உலகில் மட்டுமல்ல, உலகத் தோடும் உள்ளான்.

மனிதன் உலகோடு கொள்ளும் உறவு விமர்சனபூர்வமானது. வெறும் தொடுகையிலான புலனுணர்வுசார்ந்த விருப்பு வெறுப்புக்கு அப்பாற்பட்ட தன்னியல் வினையாக (reflex) மிருகங்கள் எதார்த்தத்தைக் கைக்கொள்கின்றன. மனிதனோ எதிரொளிப்பின் (reflection) மூலம் புறவயத்தரவுகளைக் கைக் கொள்கிறான். அதாவது புறவய எதார்த்தம் பற்றிய அறிதலில் மனிதத் தன்னிலை முக்கியப் பங்கு வகிக்கிறது. தன்னிலைக்கும் (subjectivity) புறநிலைக்கும் (objective) இடையேயான இயங்கியல் உறவில் மனித அறிவுத் தோற்றம்கொள்கிறது. இவையிரண்டில் எதனொன்றின் முக்கியத்துவமும் கூடுதலாகவோ குறைத்தோ மதிப்பிடக்கூடியதல்ல.

விமர்சனபூர்வமான பார்வையின் விளைவாக மனிதன் எல்லா வற்றையும் நேற்று, இன்று, நாளை என்கிற முப்பரிமாணக்

காலத்தில் வைத்துப் பார்க்கிறான். மிருகங்களுக்கு இத்தகைய வரலாற்றுணர்வு கிடையாது. அவற்றுக்கு எல்லாமே 'இன்று'தான். தன்னை முப்பரிமாணக் காலத்தில் வைத்துப் பார்க்க நேர்வதன் விளைவாக மனிதன் ஒற்றைப் பரிமாண 'இன்றில்' சிறைப் படுவதில்லை. 'இன்றின்' வரம்புகளைக் கடக்க அவன் எப்போதும் எத்தனித்தான். அவன் உலகோடு கொள்ளும் உறவுகள் அனைத்தும் பின்விளைவுகளைக் குறிக்கோளாகக்கொண்டே அமைகின்றன. மிருகங்களுக்குக் குறிக்கோள் கிடையாது. இயற்கைத் தேவையின் தூண்டுதல் மட்டுமே அவற்றிற்குண்டு. எனவே இயற்கையைச் சவால்களாக அவை எதிர்கொள்வது இல்லை. எதார்த்தத்தை மாற்றி அமைப்பதில்லை. எதார்த்தத்திற்கு அவை தம்மைத் தகவமைத்துக்கொள்கின்றன (adapts). மனிதன் இவ்வாறு தன்னை வெறுமனே தகவமைத்துக்கொள்வதில்லை. விமர்சனபூர்வமான அணுகலுடன் தேர்வுகளை மேற்கொள்கிறான்; எதார்த்தத்தில் தலையிட்டு மாற்றுகிறான். இன்றில் திருப்தி அடையாத மனிதன் மேலும் மேலும் தன்னை வளர்த்தும் கொள்கிறான். மனிதனின் முழுமையான வளர்ச்சியடைதல் என்பது உயிரியல் அடிப்படையில்தான். மற்றபடி அவனது வளர்ச்சி என்றுமே முழுமையடைவதில்லை. மேலும் மேலும் தன்னை அதிகரித்துக்கொள்வதே மனித இருப்பின் அடிப்படைப் பண்பாகும் (ontological vocation).

மனிதன் மட்டுமே பேசுகிறவன். தொடர்புகளுக்காக மேற் கொள்ளப்படும் ஒலிக்குறிப்புகள் அனைத்தையும் நாம் 'சொல்' என்று சொல்வதில்லை. மிருகங்களுங்கூட இத்தகைய ஒலிக் குறிப்புகளை மேற்கொள்கின்றன. மனிதப் பேச்சு உலகை மாற்றி அமைக்கிறது. இதனைச் சாதிப்பவற்றையே நாம் உண்மையான சொற்கள் என்கிறோம். உண்மையான சொல்லிற்கு இரு பரிமாணங்கள் உண்டு:

1. எதிரொளிப்பு (reflection).

2. நடவடிக்கை (action).

இவ்விரண்டின் இயங்கியல் இணைவையே நாம் செயல் (praxis) என்கிறோம். இவ்வாறு ஒவ்வொரு உண்மையான சொல்லும் செயலாகிறது. நடவடிக்கையுடன் இணையாத சொல் வெறும் 'வாய்ச்சொல்' (verbalism) ஆகவும், எதிரொளிப்பு இல்லாத சொல்

வெறும் செயல்வாதமாகவும் (activism) குறுகிவிடுகின்றது. மனிதன் புறவய எதார்த்தத்தை மட்டுமே எதிரொளிப்பதில்லை. எதார்த்தத்தின் மீதான தனது நடவடிக்கைகளையும் சேர்த்தே எதிரொளிக்கிறான். இந்த எதிரொளிப்பு அவனது அகத்தில் மாற்றத்தை ஏற்படுத்துகிறது. இவ்வாறு மாறிய அகம் அவனது நடவடிக்கைகளின் மீது பாதிப்பை ஏற்படுத்துகின்றது. இந்த நடவடிக்கையை எதிரொளிப்பதன் மூலம் தனது அகத்தையே அவன் எதிரொளித்துக் கொள்கிறான். புறவய நிகழ்வுகள் அவனைப் பாதிப்பது மட்டுமல்ல அவ்வாறு பாதிப்பதை அறிந்துகொள்பவ னாகவும் மனிதன் உள்ளான்.

எனவே மனித இருப்பு மௌனமானதாக இருக்கவே முடியாது. செயலாக அமையாத அதாவது உலகை மாற்றியமைக்காத சொற்களைப் பேசுவதும் மௌனம்தான். மனிதனாக இருப்ப தென்பது உலகிற்குப் பெயரிடுவது (naming); உலகை மாற்றி அமைப்பது. ஒருமுறை பெயரிடப்பட்டவுடன் உலகானது மேலும் தன்னைப் பிரச்சினையாக்கிப் பெயரிடுபவர்கள் முன்நிறுத்திக் கொள்கிறது. எனவே புதிய பெயரிடும் நடவடிக்கைகளை மனிதன் மேற்கொள்ள வேண்டியதாகிறது. உலகிற்குப் பெயரிடுவது, அதாவது உண்மையான சொல்லைப் பேசுவது, அதாவது உலகை மாற்றியமைப்பதென்பது சில மனிதர்களின் தனி உரிமையல்ல; ஒட்டுமொத்தச் சமூக உரிமை. ஒருவருக்கான சொல்லை இன்னொருவர் தேர்வுசெய்வதோ (prescribe) பேசுவதோ சாத்தியமல்ல. மனிதருக்கிடையேயான பேச்சு என்பது ஒரு வழி உரை (monologue) அல்ல. மனிதர்களுக்கிடையேயான சந்திப்பு என்பது இருவழி உரை, அதாவது உரையாடல் (dialogue) வகைப்பட்டது. உலகிற்குப் பெயரிட மனிதன் உரையாடுகிறான். எனவே பெயரிட விரும்புபவர்களுக்கும் இத்தகைய பெயரிடுதலை விரும்பாதவர்க்கும் அதாவது பிறர் சொல்லைப் பேச அனுமதிக்காதவருக்குமிடையே உரையாடல் சாத்தியமில்லை. தங்களது சொல்லைப் பேசும் உரிமையை இழந்த மனிதர்கள் இத்தகைய மனிதாயவிரோத நடவடிக்கைகளுக்கு எதிராகத் தங்களது பேச்சுரிமையைப் பெற வேண்டியிருக்கிறது. இவ்வாறு மனிதன் தனது மனித இருப்பை நிலைநாட்டும் வழிமுறையாக உரையாடல் அமைகிறது.

எனினும் எல்லாச் சந்தர்ப்பங்களிலும் மனித சமூகத்திற்குள் உரையாடல் சாத்தியமாயிருப்பதில்லை. பெரும்பான்மையான மக்களை ஒடுக்குகிற, ஏற்றத்தாழ்வான சமூக அமைப்பிற்குள் உரையாடல் நிகழ்வதில்லை. ஒடுக்கப்பட்ட மக்களுக்கு அவர்களது சொற்களைப் பேசும் உரிமை இருப்பதில்லை. பண்பாட்டு ஆக்கிரமிப்பு நடவடிக்கைகளின் மூலமாக மௌனப் பண்பாடு (culture of silence) ஒன்று அவர்கள்மீது போர்த்தப்பட்டு இது நிறைவேற்றப்படுகிறது.

# 2

## பண்பாட்டு ஆக்கிரமிப்பும் மௌனப் பண்பாடும்

உரையாடல் விரோதமான நடவடிக்கைகள் மூலம் (Anti Dialogical Actions) இவ்வாறு மௌனம் போர்த்தப்படுகிறது. தானல்லாத உலகைப் புறவயமாக்கி அதனைத் தனது அகத்தில் கருதக்கூடிய மனிதப் பண்பை மக்களிடமிருந்து தீய்ப்பதற்கு ஒடுக்குபவர்கள் முனைகின்றனர். இதனை அவர்கள் முழுமையாக நிறைவேற்ற இயலாதபோது இவ்வுலகை அவர்கள் புனைவுகளால் போர்த்த (mythicize) முனைகின்றனர். ஒடுக்கப்பட்டு வசப்படுத்தப்பட்ட மக்களிடம் ஒரு பொய்யான உலகைப் பரிசளித்து அவர்களை மேலும் அந்நியமாக்கிச் செயலூக்கமற்றவர்களாக மாற்றும் பொருட்டு ஒடுக்குபவர்கள் பல்வேறு வழிமுறைகளை மேற்கொள்கின்றனர். உலகைப் பிரச்சினை வடிவமாக்கி மக்களை எதிர்கொள்ள வைக்காமல், அதை அவர்களது பாதிப்பிற்கு அப்பாற்பட்ட ஏற்கனவே முழுமையடைந்த பொருளாய் முன்வைப்பர். மனிதர்கள் வெறும் பார்வையாளர்களாக இதனை எதிர்கொண்டு அதற்குத் தங்களைத் தகவமைத்துக்கொள்ள வேண்டும்.

'எல்லோருக்கும் சமத்துவமான வாய்ப்பளிக்கப்படுகிறது. தங்களது திறமைக்கேற்ப யாரும் முன்னேறிக்கொள்ளலாம். தங்களது விருப்பிற்குரிய ஆட்சியாளர்களைத் தேர்வுசெய்து கொள்ளலாம். மக்கள்தொகைப் பெருக்கமே இன்றைய பிரச்சினைகளுக்குக் காரணம்' என்பன போன்ற புனைவுகள் உருவாக்கப்பட்டுத் தொடர்புச் சாதனங்கள் மற்றும் பள்ளி, குடும்பம், மதம் போன்ற நிறுவனங்கள் மூலமாக மக்கள் உணர்வில் பதிக்கப்படுகின்றன. மக்கள் எதிர்கொள்ளும் பிரச்சினைகள் அவற்றுக்குரிய

முழுமையில் வைத்தளிக்கப்படாமல் ஒடுக்குபவர்களுக்கு வசதியான ஒரு கோணத்தில் குவிக்கப்பட்ட பார்வையிலேயே காட்டப்படும். ஒவ்வொரு பிரச்சினையும் ஒட்டுமொத்தமான அமைப்புடன் தொடர்புடையது என்கிற பார்வையை இழப்பதன் மூலமாக ஒட்டுமொத்தப் பிரச்சினைகளிடமிருந்து ஒடுக்கப் படுபவர்கள் ஒதுங்கி நிற்கின்றனர். தங்களது விமர்சனப் பார்வையை இழக்கின்றனர். இவ்வாறு ஒரு திரிபு செய்யப்பட்ட உலகப் பார்வை அவர்களுக்கு மேலிருந்து வகுத்தளிக்கப் படுகிறது. ஒடுக்கப்பட்டவர்களுக்கான 'பிரதிநிதிகள்' ஒடுக்குபவர் களாலேயே உருவாக்கப்பட்டு ஒடுக்கப்பட்ட மக்கள்முன் நிறுத்தப்படுகின்றனர். பண்பாட்டுத் தளத்தில் மேற்கொள்ளப் படும் இத்தகைய எதிர் உரையாடல் நடவடிக்கைகளைப் பண்பாட்டு ஆக்கிரமிப்பு (Cultural Invasion) என்கிறோம். ஆக்கிரமிப்பாளர்கள் வெளிநாட்டவர்களாகவோ உள்நாட்டு ஆதிக்க சக்திகளாகவோ இருக்கலாம். ஆக்கிரமிப்பாளர்கள் வனைகிறார்கள்; தேர்வு செய்கிறார்கள்; செய்யப்படுகிறார்கள். ஆக்கிரமிக்கப்பட்டவர்கள் வனையப்படுகிறார்கள்; தேர்வை ஏற்றுக்கொள்கின்றனர்; செயல்படுவதாகப் பாவனை செய்கின்றனர். இந்த ஆக்கிரமிப்பு நேரடியாகவும் செயல்படலாம்; 'உதவி' போன்ற வேறு வடிவங்களிலும் மேற்கொள்ளப்படலாம். 'உதவி' என்கிற போர்வையில் ஆக்கிரமிக்கப்பட்டவர்களிடமிருந்து பொறுப்புணர்வு நீக்கப்பட்டு அவர்கள் பொறுப்பற்றவர்களாக ஆக்கப்படுகின்றனர்.

ஆக்கிரமிப்பாளர்களின் உலகப் பார்வையைத் தாங்கள் சுவீகரித்துக்கொண்டதன் மூலம் ஆக்கிரமிக்கப்பட்டவர்கள் ஆக்கிரமிப்பாளர்களைத் தங்களுக்குள்ளேயே அனுமதித்துவிடு கின்றனர். ஆக்கிரமிப்பாளர்களைப் போல நடப்பது, உடுப்பது, பேசுவது என்றாகிவிடுகின்றனர். ஆக்கிரமிக்கப்பட்டவர்கள் தங்களைத் தாழ்ந்தவர்களாகவும் தகுதியற்றவர்களாகவும் கேவலமானவர்களாகவும் பேசுவதற்குச் சொல்லற்றவர் களாகவும் உணர்ந்து மௌனமாகின்றனர். மனிதர் என்போர் வினைசெய் உயிரி (subject) என்கிற நிலையை இழந்து வினைபடு பொருளாக (object) இழிகின்றனர். தங்களுக்கான உயிரிகள் என்பதிலிருந்து மற்றவர்களுக்கான உயிரிகள் என்றாகின்றனர்.

தங்களது செயல்மூலம் உலகை மாற்றலாம் என்பதையே அவர்கள் மறந்து போகின்றனர். பண்பாட்டு ஆக்கிரமிப்பு என்பது ஆதிக்கத்தின் கருவியாகத் தொடங்கி ஆதிக்கத்தின் வினை பொருளாக மாறிவிடுகிறது.

இவற்றின் பொருள் தாங்கள் ஒடுக்கப்படுவது பற்றிய உணர்வை அவர்கள் இழந்துவிட்டார்கள் என்பதல்ல. தாங்கள் கொடுமையாகப் பாதிக்கப்பட்டுள்ளதை அவர்கள் உணர்ந்தே இருக்கின்றனர். ஆனால் ஒடுக்குபவர்கள் என்கிற நிலையைக் கடந்த ஒரு சமத்துவமான சமூக உறவை அவர்களால் கற்பனை செய்ய முடியாது. ஒடுக்குமுறையிலிருந்து சகலருக்கும் விடுதலை என்றில்லாமல் ஒடுக்குபவர்களுடன் தங்களை அடையாளம் கண்டு அந்நிலைக்குத் தாங்களும் 'உயர' வேண்டும், ஒடுக்குபவர் களாகத் தாங்கள் மாறினால் போதும் என்பதே அவர்களது குறிக்கோளாகிறது. செயலிலிருந்து ஒதுங்கி வெறும் பார்வையாள ராக மாறிவிட்ட ஒடுக்கப்பட்டவர்கள் உணர்வுரீதியாய் உறுதி அற்றவர்களாகி அச்சத்தில் வீழ்கின்றனர். இருக்கிற நிலையில் மாற்றமேற்பட்டுத் தங்கள்மீது பொறுப்புகள் சுமத்தப்பட்டு விடக்கூடாதே என்றும் முடிவெடுக்கும் சுமை தங்கள்மீது வீழ்ந்து விடக்கூடாதே என்றும் ஒருவகை விடுதலை அச்சம் (Fear of Freedom) அவர்களுக்கு ஏற்பட்டுவருகிறது. ஒடுக்குகிற தலைமை யிலிருந்து பிரிந்து அதனைச் சாராமல் தனித்து நிற்பதற்கு அஞ்சு கின்றனர். ஒடுக்குபவர்களை வெல்ல முடியாது என்கிற அவநம்பிக்கையும் உருவாகிவிடுகின்றது. மந்தைகளுக்குள் முடங்குவதைப் (gregariousness) பாதுகாப்பாக உணர்கின்றனர். சாதி, குடும்பம் போன்ற உணர்வுகள் இறுக்கமடைகின்றன. தங்களது ஒடுக்கும் நிலை பறிபோய்விடுமோ என்கிற விடுதலை அச்சம் ஒடுக்குபவர்கள் மத்தியிலும் எப்போதும் நிலவுகின்றது. புறவய நிகழ்வுகளால் சமூகத்தில் விடுதலை உணர்வு முகிழ்க்கும் போது இரு சாராரிடமும் இவ்வாறு விடுதலை அச்சம் வளர்கிறது.

# 3

## விடுதலைக்கான பண்பாட்டு நடவடிக்கை

மௌனப் பண்பாட்டிற்கு இலக்கானவர்கள் தங்களது அகத்தையும் தானல்லாத புறத்தையும் இயங்கியல்ரீதியாய் இணைத்து அறிவை உற்பத்தி செய்துகொள்ள இயலாது அறியாமையில் உழல்கிறார்கள். அவர்களது அறியாமை என்பது அவர்கள் எதிர்கொள்ளும் எதார்த்தத்தை விமர்சனபூர்வமாக எதிர்கொண்டு அதில் தலையிடாதிருப்பதிலேயே அடங்கியிருக்கிறது. செயலற்ற சோம்பல் அவர்களை ஆட்டிப்படைக்கிறது. கஞ்சி குடிப்பதற்கு இல்லாத நிலையை அவர்கள் உணர்ந்தாலும் அதன் காரணங்கள் யாதென்ற அறிவு அவர்களுக்கிராது. வெகு எளிதாய் விதிவாதத்திற்கு அவர்கள் ஆட்பட்டுவிடுகின்றனர். தானல்லாத எதார்த்தத்தைப் புறவயமாக்கி அதனைக் கேள்வி கேட்காமல் அதனுள்ளேயே அமிழ்ந்துவிடுவதன் விளைவாக அவர்கள் — 'எல்லாவற்றையும் சந்தேகி' என மார்க்ஸ் சொன்னாரே அந்த — ஐயம்கொள்ளும் மனித பாக்கியத்தை இழந்துபோகின்றனர். மேலிருந்து தங்கள்மீது திணிக்கப்படும் வன்முறையை உணராததன் விளைவாக அவர்களது ஆத்திரம் கிடைத்தளத்தில் சக மனிதர்களை நோக்கித் திரும்புகிறது. இவ்வாறு இருக்கிற நிலையை ஏற்றுக்கொண்டு அதனுள் அமிழ்ந்துபோகிற உணர்வுநிலையை மாற்றத்திற்கு எதிரான உணர்வுநிலை (intransitive conciousness) எனலாம். எனினும் முழுமையாக மாற்றத்திற்கு எதிராக மக்களின் உணர்வு நிலை மாறிவிடுவதில்லை என்பதால் இதனை ஓர் அரை உணர்வுநிலை (semi - intransitive) என்பது பொருத்தம்.

இங்கொன்றை நினைவுபடுத்திக்கொள்வோம். உணர்வுநிலை என்பது வெறுமனே புறவய எதார்த்தத்தின் அக எதிரொலிப்போ

அல்லது எதார்த்தத்துடன் தொடர்பில்லாத முன்நிகழ்வோ அல்ல. எதார்த்தத்தைப் புறவயமாக்குவதும் அதன்மீது நடவடிக்கை மேற் கொள்வதுமான இயங்கியல் ஒருமையின் விளைவே உணர்வு நிலை என்கிற புரிதலோடு மேலே தொடர்வோம்.

அந்நிய ஆதிக்கத்திலிருந்து விடுதலை, சனநாயகத்தை நோக்கிய மாற்றங்கள் போன்ற புறவய நிகழ்வுகளால் சமூகத்தில் மாற்றங்கள் ஏற்படும்போது மக்களின் உணர்வு நிலையிலும் மாற்றங்கள் ஏற்படுகின்றன. எனினும் இதன் விளைவாக வெகுசன உணர்வு நிலை விடுதலையை நோக்கி உடனடியாய்த் திரும்பிவிடுவதில்லை. மௌனத்திலிருந்து உடைத்துக்கொண்டு வெளிவருவதும் இல்லை. மாற்றத்திற்கெதிரான உணர்வு நிலையிலிருந்து மாற்றத்துக்குரிய அப்பாவி உணர்வுநிலையை (naive transitive conciousness) அடைகின்றனர். தங்களது மௌனத்தை அவர்கள் உடைத்துக்கொள்ளாத போதும் வரலாற்றுப் போக்கில் மக்களின் இருப்பைத் தவிர்க்க இயலாமல் அங்கீகரிக்க வேண்டிய அவசியம் அவர்களை ஒடுக்குபவர்களுக்கு ஏற்பட்டு விடுகின்றது. சமூகத்தின் சகல துறைகளிலும் தேக்கங்கள் சிதைந்து இயக்கங்கள் தோன்றத் தலைப்படுகின்றன. முந்தைய மூடுண்ட சமூகத்தில் சனநாயகம், மக்கள் பங்கேற்பு, சுதந்திரம், சமத்துவம், அதிகாரம் போன்ற சமூகக் கருக்களுக்குக் (themes) கொடுக்கப்பட்டுவந்த அர்த்தங்களிலும் அழுத்தங்களிலும் மாற்றங்கள் ஏற்படுகின்றன. தங்களது உயிரியல் தேவைகளுக்கும் அப்பாற்பட்ட விசயங்கள் மீதும் மக்கள் கவனத்தைத் திருப்பவும் கவலைகொள்ளவும் தொடங்குகின்றனர். எனினும் இது விமர்சன பூர்வமாய் வளர்ச்சியடையாமல் பிரச்சினைகளை மிகை எளிமைப் படுத்திப் புரிந்துகொள்ளும்நிலை ஏற்படுகின்றது. பழமையை நோக்கி ஏக்கம் (nostalgia) திரும்புகிறது ('வெள்ளைக்காரன் ஆட்சியே பரவாயில்லை'). சாதாரண மனிதர்களைத் தாழ்வாக நினைப்பதும் மந்தை உணர்வு இறுகுவதும் தொடர்கிறது. உணர்ச்சிவயப்பட்ட மனநிலையும் கவர்ச்சிகரமான விளக்கங் களுக்கு ஆட்படுதலும் ஏற்படுகிறது. உரையாடல் ஏற்படாமல் வீண்வாதங்களில் (polemics) கவனம் திரும்புகிறது. உரை யாடலுக்கான சூழல் இருந்தாலும் அது மிகவும் பலவீனமாகவே இருக்கிறது.

ஒடுக்குபவர்கள் இந்நிலையை அச்சத்துடன் எதிர்கொள் கின்றனர். புதிய வகையான பண்பாட்டு ஆக்கிரமிப்பு நடவடிக்கை களின் மூலமாக மக்களைத் தகவமைத்து அவர்கள் மீது மௌனத்தை இறுக்கமாகப் போர்த்த முனைகின்றனர். கவர்ச்சி வாதமும் (populism) கவர்ச்சிவாதத் தலைமையும் இதில் அவர்களுக்குக் கை கொடுக்கின்றன. தொழில்நுட்பச் சமுதாயமாக மாற்றி, வெகுசனத் தொடர்பு சாதனங்களின் அபரிமிதமான ஆற்றலைப் பயன்படுத்தி வெகுசனங்களை மந்தைகளாக்கும் (massfication) முயற்சியும் மேற்கொள்ளப்படுகின்றது. மொத்த உருவாக்கத்திலிருந்தும் மனிதன் தனிமைப்படுத்தப்பட்டுச் சமூக எந்திரத்தின் உதிரி பாகங்களாக மாற்றப்படுகிறான். அதீத நுண் திறமை (over specialisation) என்னும் பெயரில் மனிதன் ஒட்டுமொத்த உற்பத்தித் திட்டத்திலிருந்து தனிமைப்படுத்தப் படுகிறான். இன்னொரு பக்கம் சமூகத்தின் சகல துறைகளிலும் திறமை நீக்கம் (de-skilling) மேற்கொள்ளப்பட்டு அவனது அந்நியப்பட்ட தன்மை மிகுதியாக்கப்படுகிறது.

ஒடுக்குபவர்கள் இவ்வாறு அப்பாவி உணர்வுநிலையைத் தகவமைக்க முயலும்போது ஒடுக்கப்படுபவர்கள் தங்கள் விடுதலையின் பொருட்டு இதனை விமர்சன உணர்வுநிலை யாக்கிக்கொள்ள (critical conciousness) வேண்டியதாகிறது. இதனை உணர்வுறுதல் (conscientisation) என்கிறோம். இதற்காகப் பண்பாட்டுத் தளத்தில் மேற்கொள்ளப்படும் நடவடிக்கைகளை விடுதலைக்கான பண்பாட்டு நடவடிக்கைகள் என்கிறோம்.

விமர்சன உணர்வுநிலை என்பது பிரச்சினைகளைப் பகுதியாகப் பார்க்காமல் மொத்தத்தில் வைத்து அதற்குரிய ஆழத்துடன் அணுகுகிறது. விதிவாத, கவர்ச்சிவாத விளக்கங் களைத் தவிர்த்து, காரண காரிய விளக்கங்களுக்கு உட்படுத்து கின்றது. பொறுப்பைத் தட்டிக்கழிக்காமல் ஏற்றுக்கொள்ளும் மனநிலையைப் படைக்கிறது. முன்முடிவுகளுடன் பிரச்சினைகளை அணுகாமல் திறந்த மனத்துடன் அணுகித் தேவையானால் முன் ஊகங்களைத் திருத்திக் கொள்ளும் தைரியத்தை அளிக்கிறது. செயலூக்கமற்ற நிலையை மறுத்து உதறுகின்றது. வறட்டு விவாதங்களினிடத்தை உரையாடல் நிரப்பிவிடுகின்றது. பழமை என ஒன்றை மறுக்காமலும் புதுமை என ஒன்றை ஏற்காமலும்

தமக்குரிய தகுதியுடன் கருத்துகள் எடை போடப்பட்டு அணுகப் படுகின்றன. மௌனம், செயலற்ற தேக்கம், நெகிழ்வற்ற அதிகாரத்துவ அரசு ஆகியவற்றிற்குப் பதிலாக எளிதில் ஊடுருவக் கூடிய, கேள்வி கேட்கும் திறனுடைய, ஓய்ச்சலற்ற உரையாடல் நிரம்பிய வாழ்முறையும் சனநாயக அரசு பற்றிய கருத்தாக்கங்களும் இடம்பெறுகின்றன.

விமர்சன உணர்வுறுதல் என்பது பொருளாதார மாற்றங்களின் அடியாகத் தானாகவே நிகழ்ந்துவிடுவதில்லை. சாதகமான வரலாற்று/ பொருளாதாரச் சூழலினாலான விமர்சனபூர்வமான கல்வி முயற்சியின் விளைவாகவே உருவாகிறது. இது உணர்வுறுதலை உருவாக்கும் விடுதலைக்கான பண்பாட்டு நடவடிக்கைகளிலிருந்து வேறுபட்டு நிற்கின்றது.

உணர்வற்ற மனிதனை, புனைவு நீக்கப்பட்ட எதார்த்தத்தில் விமர்சனபூர்வமாக நுழைப்பதே விமர்சன உணர்வு நிலையாக்க மாகும். புனைவுகள் போர்த்தப்பட்ட எதார்த்தத்தை முன்னிறுத்தித் தம்மைக் காத்துக்கொள்ளும் ஒடுக்குபவர்கள் இதனைச் செய்யவே மாட்டார்கள். தங்களுக்கான விடுதலைப் பண்பாட்டு நடவடிக்கை களை ஒடுக்குபவர்கள்தாம் உருவாக்கிக்கொள்ள வேண்டும். புனைவுகளைத் தோலுரிப்பது விடுதலைப் பண்பாட்டின் முதல் பணியாகிறது. தங்களைச் சுற்றியுள்ள சோகங்கள், துன்பங்கள், ஒடுக்குமுறைகள் ஆகியவற்றையே எதிரொளிப்பிற்கான புறவய எதார்த்தங்களாக்கி அதன்மீது செயலை மேற்கொள்வதன் மூலம் இது நிறைவேற்றப்படுகிறது. செயலைப் புரிவதற்கு உண்மையான சொற்களைப் பேசுவதும் உரையாடல் மேற்கொள்வதும் அவசியம். ஒடுக்குவதற்கான/ஆதிக்கத்திற்கான பண்பாட்டு நடவடிக்கைகள் உரையாடலினிடத்தில் முழக்கங்களை முன்வைக்கின்றன. நாம் முழக்கங்களிடத்தில் உரையாடலை முன்வைக்க வேண்டும். உரையாடல் மூலம் விஞ்ஞானபூர்வமாய் எதார்த்தத்தின் மீதான புனைவுகள் தோலுரிக்கப்படுகின்றன. அறிவியல் உண்மைகள் இதற்கான கருவியாகப் பயன்படுகின்றன.

விடுதலைக்கான பண்பாட்டு நடவடிக்கையில் எதார்த்தம் தொடர்ச்சியாகப் பிரச்சினை வடிவாக்கப்பட்டு முன்வைக்கப் படுகிறது. உரையாடல் மூலம் இப்பிரச்சினைகள் எதிர்கொள்ளப்

படுவதற்குச் சில முன்நிபந்தனைகள் அவசியம். உரையாடல் புரிவோருக்கிடையே சமத்துவம் மிக முக்கியம். தங்கள் அறிவைப் பற்றிய செருக்குகொள்வதற்குப் பதிலாகத் தங்களின் அறியாமையை ஏற்றுக்கொள்ளும் மனப்பக்குவம் அவசியம்; தங்களது கருத்துகளை நிலைநாட்டுகிற வெறியும் எதிராளியை 'வென்றெடுக்கும்' நோக்கமும் உரையாடலைச் சாத்தியமாக்காது. உரையாடல் வடிவிலான பண்பாட்டு நடவடிக்கைகளில் பங்கு பெறுவோரை வினைசெய் உயிரி (subject) எனவும் வினைபடு பொருள் (object) எனவும் பிரிக்க இயலாது. ஆதிக்கத்திற்கான பண்பாட்டு நடவடிக்கையில் கற்பிப்பவர் வினைசெய் உயிரி; கற்பிக்கப்படுபவர் வினைபடுபொருள். ஆனால், விடுதலைப் பண்பாட்டு நடவடிக்கையிலோ இருவரும் உரையாடலில் பங்கு பெறும் வினைசெய் உயிரிகளேயாவர். சகமனிதன் மீது அன்பும் நம்பிக்கையும் உரையாடலுக்கு மிக அவசியம். உரையாடல் என்பது வெறும் தந்திரமோ தொழில்நுட்பமோ, மக்களை எளிதில் நண்பர்களாக்கிக்கொள்ளும் தகவமைப்பு நடவடிக்கையோ அல்ல. மனித உயிரிகளின் மிக அடிப்படையான வரலாற்றுச் சாரம் அது என்கிற புரிதல் இன்றி உரையாடல் சாத்தியமில்லை.

விடுதலைப் பண்பாட்டு நடவடிக்கை ஓரளவிற்குக் கற்பனா வாதத் (utopian) தன்மையுடன் இருப்பது தவிர்க்க இயலாது. இருக்கிற நிலையைக் கண்டித்துப் பிரகடனம் (denouncing) செய்வது, புதிய நிலையை அறைகூவுவது (annuciation) என்கிற அடிப்படையில் இக்கற்பனாவாதம் உருவாகிறது. இத்தகைய கற்பனாவாதமின்றி எதிர்காலம் பற்றிய நம்பிக்கை உருவாவ தில்லை. விடுதலைப் பண்பாட்டு நடவடிக்கைகளின் கற்பனா வாதம் நம்மைக் கைகளைக் கட்டிக்கொண்டு சோம்பிக் காத்திருக்கச் செய்வதில்லை. கண்டனப் பிரகடனத்திற்கும் புதிய அறைகூவலுக்குமிடையே அது செயலை முன்வைக்கிறது. இருக்கிற நிலையைத் தக்கவைக்க முயலும் வலதுசாரிகள் மட்டுமே கற்பனா வாதமற்றவர்களாக இருக்க முடியும்.

விடுதலைப் பண்பாட்டு முன்னோடிகளுக்கும் மக்களுக்குமான உறவு மேலிருந்து கீழானதல்ல; அது இடைத்தளத்திலானது; உரையாடல் வடிவிலானது. முன்னோடிகள் மக்களின் கருத்து களையும் நம்பிக்கைகளையும் உணர்வு மட்டங்களையும்

முழுமையாகக் கணக்கில் எடுத்துக்கொள்ள வேண்டும். முன்னோடிகள் மக்களுடன் கலப்பது (communion) அவசியம். இந்நிலையை அடைய முன்னோடிகள் தங்களின் வர்க்க உணர்வைத் தற்கொலை செய்வித்துப் புத்துயிர்ப்பு (resurrection) அடைவது தவிர்க்க இயலாதது. இந்தப் பிணைப்பு அன்பின் அடிப்படையிலான விருப்பப்பூர்வமானது; மாறாக ஒடுக்கும் பண்பாட்டில் வெற்றி/ஆக்கிரமிப்பு பெறும் இடத்தை விடுதலைப் பண்பாட்டில் தலைவனுக்கும் மக்களுக்கும் இடையேயான பிணைப்பு என்பது தலைவனில் தன்னைக் கரைத்துக்கொள்வது. ஒடுக்கும் பண்பாட்டில் கூட்டுறவு எடுத்துக்கொள்கிறது. எதிர் உரையாடலின் போது ஆதிக்கம் செய்யும் 'நான்' வெற்றிகொண்ட 'நீ' யை வெறும் 'அது' வாக்கிவிடுகிறது. உரையாடலின் போதோ 'நானின்' இருப்பைச் சாத்தியமாக்குவதே 'நானல்'லாத 'நீ' தான் என்பதையும் அந்த 'நீ'க்கும் ஒரு 'நான்' உண்டு என்பதையும் புரிந்து கொண்டு இந்தக் கூட்டுறவு உருவாகிறது. இந்தக் கூட்டிணைவில் இரு வினை செய் உயிரிகளும் இணைந்து உலகிற்குப் பெயரிட்டு அதனை மாற்றியமைக்கின்றன. இங்கே தகவமைப்பின் இடத்தில் அமைப்பு ரீதியான அணிதிரட்டல் (organising) இடம்பெறு கின்றது. ஆதிக்கப் பண்பாட்டில் அணிதிரட்டல் என்பது தலைவர்கள் தங்களை அமைப்பாக்கிக்கொள்வதுதான். புரட்சிகரத் தலைமையோ அமைப்புரீதியான அணிதிரட்டல் என்பதன் மூலம் மக்களும் தங்களையே அணி திரட்டிக்கொள்வதைப் பொருள் கொள்கிறது. அமைப்புக்குத் தேவையான புரட்சிகர ஒழுங்கு (discipline), ஒடுக்குமுறைக்குத் தேவையான மந்தை ஒழுங்கி லிருந்து (regimentation) வேறுபட்டது. பெயரிடும் உரிமையை இழந்திருந்த புரட்சிகரத் தலைமை உலகிற்கு எவ்வாறு பெயரிடுவது என்பதை மக்களுடன் சேர்த்துக் கற்றுக்கொள்வதையே அமைப்பு ரீதியான அணிதிரட்டல் என்கிறோம். தங்களின் சொற்களைத் தலைவர்கள் தாமாகவே பேசிவிடுவதில்லை. மக்களுடன் சேர்ந்தே அதனைப் பேசுகின்றனர், உரையாடல் மூலமாகவே அதிகாரத்துவம் உருவாவதை ஒழிக்க முடியும்.

# 4
## ஒடுக்குமுறைக்கான கல்வி

ஆதிக்கத்திற்கான பண்பாட்டு நடவடிக்கையாக இருந்தாலும் சரி, விடுதலைப் பண்பாட்டு நடவடிக்கையாக இருந்தாலும் சரி இந்நடவடிக்கைகளில் கல்விமுறை மிகமிக முக்கியப் பங்காற்று கின்றது. இருக்கிற சமூக அமைப்பிற்குத் தக்கவராக மனிதரை வசப்படுத்துவதற்காகவோ (domesticating) அல்லது இருக்கிற சமூக அமைப்பைக் கவிழ்த்து மனிதரின் விடுதலைக்கு வழிவகுப்பதற்காகவோ (liberating) மட்டுமே கல்வி இருக்க முடியும். இரண்டிற்கும் இடைப்பட்ட நடுநிலையான கல்வி (neutral education) என ஒன்று கிடையவே கிடையாது. கல்வி என்பது ஓர் அரசியல் செயல்பாடு. அதிகாரத்தைப் பகுப்பாய்வு செய்யாமல் கல்வியைப் பகுப்பாய்வு செய்ய முடியாது. எல்லாக் கல்விமுறைக்குமே 'கற்றல்' பற்றிய ஒரு கோட்பாடு உண்டு. அந்தக் கோட்பாட்டையே அவை நடைமுறைப்படுத்துகின்றன. மனிதன், உலகம் இரண்டிற்கும் இடையேயான உறவு குறித்த கோட்பாடு களில் இரு கல்விமுறைகளும் எதிரெதிராக நிற்பது விளங்கும்.

ஒடுக்கும் கல்வி சமூகத்திற்கு மனிதரை வசப்படுத்துகிற பணியைப் பல வழிகளில் நிறைவேற்றுகிறது. இன்றைய கல்வி முறையின் எல்லா மட்டங்களிலும் ஆசிரிய மாணவர் உறவைப் பகுத்தாராய்ந்தால் அது அடிப்படையில் சொற்பொழிவு நோயால் (narrative sickness) பீடிக்கப்பட்டிருப்பது புரியும். இதில் சொற்பொழிவாற்றுகிற வினைசெய் உயிரியாக ஆசிரியரும் பொறுமையாய்க் கவனிக்கிற வினைபடுபொருளாக மாணவரும் விளங்குகின்றனர்.

சொற்பொழிவினூடாகக் கல்வியின் உள்ளடக்கமானது — அது மதிப்பீடுகளாக இருந்தாலும் சரி, எதார்த்தம் பற்றிய தரவுகளாயினும் சரி — நெகிழ்ச்சியற்று, உயிரற்றதாய் மாறிவிடுகிறது. எதார்த்தம் என்பது முழுமையிலிருந்து விலக்கப்பட்டு அதனை இயக்க மற்றுத் தேங்கிக் கிடப்பதாய் ஆசிரியர் முன்வைக்கிறார். மாணவரின் அன்றாட வாழ்வியல் சூழல்களிலிருந்து முற்றிலும் அந்நியமான தலைப்புகளில் ஆசிரியர் மாணவரிடம் சொற்பொழி கிறார். எந்த முழுமையுடன் இணைத்துப் பார்ப்பதால் விமர்சனச் சிந்தனைகள் தோன்றுமோ அந்த முழுமையிலிருந்தும் அன்றாட வாழ்விலிருந்தும் விலகியிருக்கும் விசயங்களைச் சொற்பொழிவின் மூலம் மாணவருக்குள் ஆசிரியர் நிரப்புகிறார். சொற்கள் என்பன அவற்றின் தூலத் தன்மையிலிருந்து விலக்கப்படுவதன் விளைவாக உள்ளீடற்றதாகவும் அந்நியப்பட்ட வெற்றுக் கூச்சலாகவும் மாறிவிடுகின்றன.

சொற்பொழிவின் மூலம் நிரப்பப்பட்ட விசயங்களை எந்திர ரீதியில் மனப்பாடம் செய்வதே மாணவரின் கதியாகிறது. நாளடைவில் ஆசிரியரால் நிரப்பப்படக் காத்திருக்கிற கொள்கலன் களாக (containers) அவர்கள் ஆகிவிடுகின்றனர். அதிகமாக நிரப்புபவர் நல்ல ஆசிரியர்; எளிதாக நிரப்புவதற்கு ஏற்றவராக இருப்பவர் சிறந்த மாணவர். கல்வி இவ்வாறு சேம வைப்பு (deposit) நடவடிக்கையாகிவிடுகின்றது. ஆசிரியர்கள் வைப்புச் செலுத்துகிறவர்கள்; மாணவர்கள் சேமக்கலன்கள். செய்தித் தொடர்பு (communication) என்பது செய்தி அறிவிப்பாக (communique) மாறிவிடுகின்றது. இத்தகைய கல்வி பற்றிய வங்கிக் கோட்பாட்டில் (banking concept) ஏற்பது, நிரப்பிக்கொள்வது, தேக்கிவைப்பது என்கிற அளவில் மாணவரின் வாய்ப்பு எல்லைகள் சுருக்கப்படுகின்றன. சற்று யோசித்துப் பார்த்தால் இதன் மூலம் மாணவர்கள் படைப்புத் திறனில்லாமல் மழுங்கடிக்கப்படுவதை உணரலாம்.

செயல் மூலமாகவே உயிர்கள் மனித நிலையை எய்துகின்றன என்பதை நாம் அறிவோம். மனிதர்கள் இவ்வுலகிற்குள்ளும் இவ்வுலகுடனும் சக மனிதர்களுடனும் தொடர்ச்சியாகச் சோர் வின்றி மேலும் மேலும் தேடல் புரிவதன் விளைவாகவே அறிவு உற்பத்தி ஆகிறது. கல்வி பற்றிய வங்கிக் கோட்பாட்டிலோ அறிவு

என்பது அறிவாளிகளால் அறிவற்றவர்களுக்கு அளிக்கப்படும் வரமாகிறது. இவ்வாறு கற்பவர்மீது அறியாமையைச் சுமத்துவது ஒடுக்குமுறைக்கு உகந்ததாகிறது. அறிவையும் கல்வியையும் தேடலாக அணுகுவது ஒழிக்கப்படுகிறது. ஆசிரியர் என்பவர் மாணவரின் எதிர்நிலையாகத் தம்மை முன்வைத்துக்கொள்கிறார். மாணவர்களின் அறியாமையை ஒப்புரீதியாகவன்றி முழுமையாகக் கருதுகிறார். கற்கும் நடவடிக்கையின்போது மாணவர்களிடமிருந்து, தாம் எதையும் கற்றுக்கொள்வதில்லை என நினைக்கிறார். மாணவர்களோ தங்களை அடிமைகளாக உணர்கின்றனர்.

ஆக, வயப்படுத்தும் கல்வியில் ஆசிரியர் போதிக்கிறார்; மாணவர்கள் கற்றுக்கொள்கின்றனர். ஆசிரியருக்கு எல்லாம் தெரியும்; மாணவருக்கு ஒன்றும் தெரியாது. ஆசிரியர் சிந்திக்கின்றார்; மாணவர்கள் சிந்திக்க வைக்கப்படுகின்றனர். ஆசிரியர் பேசுகிறார்; மாணவர்கள் கவனிக்கின்றனர். ஆசிரியர் ஒழுங்கு படுத்துகிறார்; மாணவர்கள் ஒழுங்குபடுகின்றனர். ஆசிரியர் செயல்படுகிறார்; மாணவர்கள் செயல்படுத்தப்படுகின்றனர். ஆசிரியரின் செயல்களினூடாக மாணவர்கள் செயல்படும் மாயையை உணர்கின்றனர். ஆசிரியர் பாடத்திட்டத்தைத் தேர்வு செய்கிறார்; மாணவர்கள் அதற்குள் தம்மைப் பொருத்திக்கொள் கின்றனர். ஆசிரியர் தனது சமூக அதிகாரத்தையும் அறிவின் அதிகாரத்தையும் குழப்பி அதனை மாணவரின் சுதந்திரத்திற்கு எதிராக முன்வைக்கிறார்.

கல்வி பற்றிய வங்கிக் கோட்பாடு மனிதர்களைத் தகவமைக்கக் கூடிய, எளிதில் கையாளக்கூடிய உயிரினங்களாகக் கருதுவதில் வியப்பில்லை. எந்த அளவிற்கு மாணவர்கள் சிரமப்பட்டு போதிக்கப்பட்டவற்றை நிரப்பிக்கொள்கிறார்களோ அந்த அளவிற்கு விமர்சன உணர்வுநிலை குன்றியவர்களாக இருக் கின்றனர். உலகை மாற்றியமைக்கும் நோக்குடன் உலகில் தலையீடு செய்யும் திராணியற்றுப்போகின்றனர். தமக்குள் நிரப்பப்பட்ட, புனைவுகள் போர்த்தப்பட்ட, சிதைந்த எதார்த்தங் களை ஏற்றுக்கொண்டு இவ்வுலகிற்குத் தக்க தம்மைத் தகவமைத்துக்கொள்கின்றனர். தம்மை மேலும் மேலும் தூண்டிக் கொள்ளும் மனிதப் பண்பு தீய்ந்தவர்களாகின்றனர்.

ஒடுக்கப்பட்ட மக்களைக் கருணைக்குரியவர்களாகவும் மையநீரோட்டத்திலிருந்து விலகிய விளிம்புநிலை மக்களாகவும் கருதி அவர்களுக்குக் கல்வித்துறையில் உதவி செய்யும் புரவலராகத் (patrons) தம்மை முன்னிறுத்திக்கொண்டு ஒடுக்குபவர்கள் மேற் கொள்ளும் 'உதவி' நடவடிக்கைகள் வங்கிக் கல்விமுறையுடன் இணையும்போது ஒடுக்கப்பட்ட மக்களின் செயலூக்கமற்ற தன்மை அதிகமாகிறது. தமக்கான உயிரிகள் என்கிற நிலையிலிருந்து வழுவி ஒடுக்குபவர்களின் நலனுக்கான உயிரிகளாகச் சுருங்கிவிடுகின்றனர்.

மொத்தத்தில் சனநாயகமற்ற பாடத்திட்ட உருவாக்கம், சூழலுக்கு அந்நியமான பாடங்கள், அரசு ஒடுக்குமுறையின் வடிவமான கல்வி நிறுவனங்கள், எள்ளளவும் சனநாயகமற்ற ஆசிரிய-மாணவர் உறவு, மாணவரின் சிந்தனைக் கிளர்வுக்கு இடம்கொடாத சொற்பொழிவுக் கல்விமுறை, சீருடை அணிதல், கடவுள் வணக்க அணிவகுப்பு, ஆசிரியரைக் கண்டவுடன் எழுந்து நிற்றல், பட்டமளிப்பு போன்ற குறியீட்டு வன்முறைகளின் மூலமாக அதிகாரங்களுக்குக் கீழ்ப்படிய வைத்தல் எனப் பல வடிவங்களில் மாணவர்கள் காயடிக்கப்படுகின்றனர்; தம் சூழலுக்குள் மூழ்கடிக்கப்படுகின்றனர்; அவர்களது உடனடியான உயிரியல் தேவைகள் மற்றும் எதார்த்தத்துடன் பொருத்திப் பார்க்க முடியாத பாடத்துறை விசயங்கள் ஆகியவற்றிற்கு அப்பால் அவர்கள்மீது மௌனம் போர்த்தப்படுகிறது. தங்களது சொற் களையும் அதன்மூலம் உலகிற்குப் பெயரிடும் உரிமையையும் இழந்து அதிகாரத்திற்குக் கட்டுப்படுகின்றனர்.

# 5

# ஒடுக்கப்பட்டோரின் விடுதலைக்கான கல்வி

விடுதலைக் கல்வி (pedagogy of the oppressed) என்பது இந்த மௌனப் பண்பாட்டில் இருந்து உடைத்துக்கொண்டு வந்த விமர்சன உணர்வும் செயலுக்கான உந்தமும் பெற்ற மனிதர்களை உருவாக்குவது, உலகை மாற்றும் குறிக்கோளுடன் அதனை எதிரொளித்து அதன்மீது நடவடிக்கை மேற்கொண்டு செயல் புரிவதே விடுதலை. உணர்வுறுதல் குறித்த எந்திரகதியான அணுகலைக்கொண்டிருக்கும் கல்வி பற்றிய வங்கிக் கோட்பாடு இதனைச் சாத்தியப்படுத்தாது. எதார்த்தத்தைப் பிரச்சினையாக்கி விமர்சனபூர்வமாய் எதிர்கொள்ள வைக்கும் பிரச்சினை உருவாக்கக் கல்வியே (problem posing education) விடுதலையைச் சாத்தியமாக்கும். விடுதலைக் கல்வி அறிதல் செயல்பாடாக இருக்கிறது. ஆசிரியரும் மாணவரும் அறிதல் நடவடிக்கையில் ஈடுபடுகின்றனர். அறியப்படும் பொருள் அதாவது எதார்த்தம் அவர்களை இணைக்கிறது.

அறிவு உருவாக்கம், அறிவுப் பரிமாற்றம் ஆகிய இரண்டும் இங்கு ஒன்றையொன்று விலக்கியதாய் வேறுபடுத்திப் பார்க்கப் படுவதில்லை. எனவே பிரச்சினையுருவாக்கக் கல்வியில் ஆசிரிய-மாணவ முரண்பாடு முதலில் களையப் பெறவேண்டும். இருவருக்குமிடையேயான உறவு முற்றிலும் உரையாடல் வகைப்பட்டதாக இருக்க வேண்டும். உரையாடல் மூலமாக ஆசிரியரது மாணவர்கள், மாணவரது ஆசிரியர்கள் என்கிற முரண் நிலை தகர்க்கப்பட்டு ஆசிரிய-மாணவர், மாணவ-ஆசிரியர் என்கிற

புதிய உறவுநிலை ஏற்படுகிறது. இனி ஆசிரியர் வெறுமனே சொல்லிக் கொடுப்பவர் மட்டுமல்ல; மாணவருடனான உரையாடலில் அவரும் கற்றுக்கொள்கிறார்; மாணவர்களோ கற்றுக்கொள்ளும் போதே கற்றுக்கொடுக்கவும் செய்கின்றனர். எனவே யாரும் யாருக்கும் சொல்லிக் கொடுப்பதுமில்லை. யாரும் சுயமாகவே கற்றுக்கொள்வதும் இல்லை. இணைக்கும் பொருளாக உலகை வைத்துக்கொண்டு மனிதர்கள் ஒருவருக்கொருவர் கற்றுக்கொடுக்கின்றனர்.

வங்கி முறையில் ஆசிரியர் தனது பணியை இரு கட்டங்களில் மேற்கொள்கிறார்; முதலில் அவர் பாடத்தைத் தயாரிக்கும்போது பாடப்பொருளை அறிகிறார். இரண்டாம் நிலையில் அந்தப் பொருளை அறிவதல்ல; சொற்பொழியப்பட்ட உள்ளுறையை மனங்கொள்வதே. இருவரையும் இணைக்கும் பொருளாக இல்லாமல் பாடப்பொருளானது ஆசிரியரின் சொத்தாக மாறி விடுவதால் மாணவர்கள் அறிதல் நடைமுறையில் பங்கு பெறுவதில்லை. பிரச்சினை உருவாக்கக் கல்வியில் ஆசிரியர் மாணவர் இருவருமே வினைசெய் உயிரிகளாக இருப்பதால் பாடப்பொருள் — அதாவது அறியப்படும் எதார்த்தம் — வினைபடு பொருளாகிறது. ஆசிரியரது பணியும் மாணவரது பணியும் வேறு வேறாக இருப்பதில்லை. மாணவர்கள் செயலூக்கமற்ற பார்வை யாளராக இல்லாமல் ஆசிரியருடன் உரையாடல் மேற்கொண்டு விமர்சன பூர்வமான சக ஆய்வாளர்களாக மாறுகின்றனர். எதுவும் இங்கே முன்முடிவானதல்ல. மாணவரின் கருத்தை ஏற்றுத் தனது கருத்தை மறுபரிசீலனை செய்துகொள்ள ஆசிரியர் எப்போதும் தயாராக உள்ளார். இதனால் படைப்புத் திறன் தூண்டப்பட்ட மாணவர்கள் அமிழ்ந்துகிடந்த நிலையிலிருந்து வெளிப்போந்து எதார்த்தத்தின் மீது விமர்சனபூர்வமாகத் தலையிடத் தயாரா கின்றனர். அவர்களோடு தொடர்புடைய பிரச்சினைகள் அவர்களை மேலும் மேலும் சவாலுக்குள்ளாக்குகின்றன. மாணவர்கள் அச்சவால்களை எதிர்கொள்கின்றனர். இந்தச் சவால்களை இதர பிரச்சினைகளுடனும் ஒட்டுமொத்த முழுமையுடனும் இணைந்து அணுகும்போது அவர்களின் விமர்சன உணர்வு மேலும் விரிவடை கிறது. இது புதிய சவால்களையும் புதிய புரிதல்களையும் உருவாக்குகின்றது.

விடுதலைக் கல்வி மனிதனை உலகிலிருந்து பிரித்துத் தனியே அணுகுவதில்லை. மனிதனுக்கு அப்பாற்பட்ட எதார்த்தமாக அது உலகைக் கருதுவதில்லை. மனிதனை அவனது உலகில் வைத்து இரண்டிற்குமிடையேயான உறவுகளை எதிரொளிக்கிறது; அவ்வுறவுகளின் மீது நடவடிக்கை மேற்கொள்கிறது. எனவே எதார்த்தமும் இந்த உறவுகளும் நிலையானவையல்ல; இறுதி மாற்றங்களை எட்டிவிட்டவையல்ல. மாறாக இன்றைய எதார்த்தச் சூழல் என்பது மனிதனது செயற்பாடுகளை முழுச் சுதந்திரத்துடனும் இயங்கவிடாமல் வரம்புக்குட்படுத்தும் வரம்புச் சூழல் (Limiting Situation) ஆகும். தனது செயலின் மூலமாக மனிதன் இந்த வரம்புச் சூழலைத் தகர்க்க முடியும்; மேலும் விடுதலையை அடைய முடியும்; அதன்மூலம் தன்னைத்தானே தாண்டிக்கொள்ள முடியும். விடுதலைக் கல்வி மனிதனது வளர்ச்சியை முழுமை பெற்றுவிட்டதாகக் கருதுவதில்லை; வளர்ந்துகொண்டிருப்பவனாகவே அது மனிதனை அணுகுகின்றது. பூர்த்தியடையாத மனிதன், மாறக்கூடிய எதார்த்தம் ஆகியவை கல்வியை முடிவில்லாத ஒரு தொடர்ச்சியான நடவடிக்கையாக மாற்றுகிறது. மாற்றங்களினூடான நிகழ்கால நிலைத்தன்மையை ஏற்றுக்கொள்கிறது. வங்கிக் கல்வியோ இன்றைய நிலைத் தன்மைக்கு முக்கியத்துவம் அளித்து மாற்றத்தை மறுப்பதன் மூலம் பிற்போக்கு நடவடிக்கையாகிறது. பிரச்சினை உருவாக்கக் கல்வியோ 'ஒழுங்கான' நிகழ்காலத்தையும் ஏற்கனவே தீர்மானிக்கப் பட்ட எதிர்காலத்தையும் ஒரு சேர மறுத்து நிகழ்காலத்தின் இயக்கத்திற்கு முக்கியத்துவமளிப்பதால் புரட்சிகரமானதாகிறது. எதிர்காலம் பற்றிய நம்பிக்கையை முன்வைக்கிறது. மனிதனின் வரலாற்றுப் பரிமாணத்தை அங்கீகரிக்கிறது.

எழுத்தறிவில்லாமை என்பது உலகிற்குப் பெயரிடும் உரிமை, உண்மையான சொல்லைப் பேசுகிற உரிமை ஆகியவை இல்லாமையின் வெளிப்பாடே என்கிற புரிதலை விடுதலைக் கல்வி கொண்டிருக்கிறது. கல்லாமையை ஒழித்தல் என்பது வாசித்தல், எழுதுதல் போன்றவற்றைத் தொழில்நுட்பங்களாகக் கற்றுக்கொடுக்கிற விசயமல்ல; இந்தத் திறன்களை உணர்வு ரீதியாய்ப் பெறுவதேயாகும். என்ன படிக்கிறோம், என்ன எழுதப் பட்டுள்ளது, ஏன் எழுதப்பட்டுள்ளது என்கிற கேள்விகளோடு

எழுதப்பட்டுள்ளதை வாசிப்பதாகும். வாசிப்பு என்பது வார்த்தைகள்மீது நடைபோடுகிற விசயமல்ல. நாம் எதை வாசித்துக்கொண்டிருக்கிறோமோ அதை மறுமுறை எழுதுகிற வேலை அது. பாடத்தை அது எழுதப்பட்ட சூழலில் மட்டுமல்ல வாசிக்கிற சூழலிலும் வைத்துப் புரிந்துகொள்கிற வேலை அது. வாசிப்பவர் பாடத்திற்கு முன்னால் பணிந்து கிடப்பதில் பொருளில்லை; மாறாகப் பாடத்தைக் 'கேட்க' வேண்டும்; அதாவது கேள்விக்குள்ளாக்க வேண்டும். பாடவரிகள் வெளிப் படுத்தும் வழக்கமான சொல்லாடல் மையங்களைத் தாண்டிப் பாடத்தின் உபரி அர்த்தங்கள் வெளிப்படுத்தப்பட வேண்டும். மாணவர்கள் அதிகாரத்தைப் பறிகொடுத்துள்ள நிலை போய் அதிகாரத்தை மீட்டெடுக்க வேண்டும். இத்தகைய நிலையில் கல்விக்கான தூண்டுதல் உள்ளார்ந்து தானாகவே உருவாகும். மாறாக வங்கிமுறையிலோ தூண்டுதல் என்பது பாராட்டு, தண்டனை மற்றும் பாடத்திற்கு அப்பாற்பட்ட வேலை வாய்ப்பு போன்றவற்றின் அடிப்படையிலானதாகக் கருதப்படுவது கவனிக்கத்தக்கது.

ஒன்றைக் குறிப்பிடுவது முக்கியம். விடுதலைக் கல்வி என்பது இருக்கிற கல்வி முறையில் சில மாற்றங்களை ஏற்படுத்துகிற விசயமல்ல. ஒடுக்குபவர்களே இத்தகைய மாற்றங்களை அவ்வப் போது செய்வதையும் நவீன முறைகளைப் புகுத்துவதையும் காணலாம். ஆனால் விடுதலைக் கல்வியோ பழையதிலிருந்து முற்றிலும் வேறுபட்ட ஒரு பிரச்சினையை அறிவின் முன்னும் சமூகத்தின் முன்னும் வைக்கிறது. மனிதன் பற்றிய கண்ணோட்டத் திலேயே அது வங்கிக் கல்வியிலிருந்து மாறுபடுகிறது.

இன்னொன்று: விடுதலைக் கல்வி நடவடிக்கையில் ஆசிரியருக்கும் மாணவருக்குமிடையில் வேறுபாடே இல்லை என்றோ கல்விக்கு வழிநடத்தும் பண்பே இல்லை என்றோ பொருள்களில்லை. தான் ஒரு வினைசெய் உயிரி என்கிற பாத்திரத்தை அறிதல் நடவடிக்கையில் மாணவர் ஆற்றுவதில் சாத்தியமான வகைகளிலெல்லாம் துணை நிற்பவராக ஆசிரியர் செயல்படுகிறார். அவரது முன் அனுபவங்கள் இதில் அவருக்குத் துணைசெய்யக்கூடும். ஒட்டுமொத்தமாய்ப் பார்க்கும்போது கல்விக்கு நெறிப்படுத்தக்கூடிய பண்பு உண்டு. ஆனால் ஒரு சாரார்

இன்னொரு சாராரை நெறிப்படுத்துவது என்பதை விடுதலைக் கல்வி ஏற்றுக்கொள்வதில்லை. அதே போல் உரையாடலின் போது ஆசிரியரும் மாற்றத்துக்குள்ளாகிறார் என்பதையும் இயங்கியல் அடிப்படையில் புரிந்துகொள்வது அவசியம்.

# 6

# முறை

விடுதலைக் கல்வியின் மூலம் விமர்சன உணர்வுநிலை பெறுவது எப்படி?

அ. செயலூக்கமுள்ள, உரையாடல் வடிவிலான விமர்சனத்தைத் தூண்டும் முறைகளினால்,

ஆ. கல்வித் திட்டத்தின் உள்ளுறையை மாற்றுவதன் மூலமாக,

இ. கரு உடைப்பு (thematic breakdown) சமிக்ஞையாக்கம் (codification), சமிக்ஞை உடைப்பு (decodification) போன்ற தொழில்நுட்பங்கள் மூலம் இதனைச் சாத்தியப்படுத்தலாம்.

விடுதலை நடவடிக்கைகளில் உரையாடலின் பங்கை ஏற்கனவே விளக்கியுள்ளோம். கல்வித் திட்டத்தின் உள்ளுறை ஆசிரியரும் மாணவரும் இணைந்து அந்தந்த எதார்த்தச் சூழலுக்குத் தக வடிவமைக்கப்படும். வங்கி முறையைப் போல மாணவரின் பங்கேற்பு இல்லாமல் கல்வி நடவடிக்கை தொடங்குவதற்கு முன்னதாகவே சில வல்லுநர்களால் எங்கோ இருந்துகொண்டு பாடத்திட்டம் தீர்மானிக்கப்படுவதில்லை. இதன் பொருள், விடுதலைக் கல்வி என்பது சகலவிதமான திட்டமிடுதலுக்கும் பாடத் திட்ட உருவாக்கத்திற்கும் எதிரானது என்பதல்ல. அடிப்படைக் கல்வியைப் பொறுத்தமட்டில் மாணவர்களின் அதாவது கற்றுக்கொள்பவர்களின் அன்றாட வாழ்க்கைச் சூழலின் பின்னணியில் அவர்கள் மத்தியில் புழங்கும் சொற்களைக் கொண்டு எழுத்தறிதல் மேற்கொள்ளப்படுகின்றது. கற்பவர்கள் வயது வந்தோராக இருக்கும்பட்சத்தில் அவர்களுடனான உரையாடலின் அடிப்படையில் இச்சொற்கள் அவர்களாலேயே தேர்வு செய்யப்படுகின்றன. குழந்தைகளாக இருக்கும்பட்சத்தில்

உரையாடல் தவிர, அவர்களது சூழலை ஆராய்ந்து புழக்கத்தில் உள்ள சொற்களையும் தேர்வுசெய்யலாம். இரு நிலைகளிலுமே வெளியிலிருந்து திணிக்கப்பட்ட அரிச்சுவடிகள் பயன்படுத்தப் படுவதில்லை. சொல்லப்போனால் மையப்படுத்தி அரிச்சுவடி களைத் தயாரிப்பதென்பதே சாத்தியமில்லை. அத்தகைய அரிச்சுவடிகள் தாம் தேர்வுசெய்த சில சொற்களைக் கற்பவர் களுக்குக் 'கொடை'யளிப்பதன் மூலம் அவர்களை 'வினை செய் உயிரி' என்னும் நிலையிலிருந்து 'வினைபடு பொருள்'களாக மாற்றிவிடுகின்றன. அதேபோலக் கையாளப்படும் மொழியிலும் மிகக் கவனமாக இருக்க வேண்டும். சிந்தனையின்றி மொழி யில்லை; எதார்த்தமின்றிச் சிந்தனையில்லை. எனவே மொழியும் கூடக் கருத்தியல்ரீதியாய் வெளியிலிருந்தே தீர்மானிக்கப்படுகிறது. இவ்வாறு மொழி, வர்க்கத்தன்மை பெறுகிறது. எனவே தரப் படுத்தப்பட்ட மொழி என்கிற பெயரில் உயர் வர்க்க மொழியைக் கற்பவர்மீது திணிப்பதென்பதும் ஒடுக்குவதற்கே பயன்படும்.

உயர்கல்வியிலும் பாடத்திட்டத்தில் பரிபூரண சுதந்திரம் இருக்க வேண்டும். தொழிலுடனும் உற்பத்தியுடனும் கல்வியை இணைக்கும்போது இப்பிரச்சினை தானாகவே தீர்ந்துபோகும். ஒரு குறிப்பிட்ட நோக்குடன் உயர்கல்வி தொடங்கும்போது இன்னின்னவற்றை இன்னின்ன வரிசையில் முற்றிலும் இப்படித் தான் சொல்லிக் கொடுக்க வேண்டும் என்பதாக விடுதலைக் கல்வி அமையாது. அக்குறிப்பிட்ட நோக்கத்திற்குள் எதை எதைக் கற்பது என்பதைத் தேவை கருதி ஆசிரியரும் மாணவரும் தீர்மானிப்பர்.

இனி, வயதுவந்தோர் மத்தியில் விடுதலைக் கல்வியை எவ்வாறு கொண்டு செல்வது என்பதைக் காணலாம்.

எதார்த்தத்துடனான உறவில் மனிதர்கள் பொருள்களை மட்டும் உற்பத்தி செய்வதில்லை. சமூக நிறுவனங்களும், கருத்துகளும் கூடவே உற்பத்தியாகின்றன. ஒவ்வொரு காலகட்டமும் சிக்கலான, ஒன்றுக்கொன்று எதிரான பல கருத்துகள், கோட்பாடுகள், நம்பிக்கைகள், ஐயங்கள், மதிப்பீடுகள் ஆகியவற்றின் இயங்கியல் ஒருமையால் அடையாளம் காணப்படும். இவற்றின் தூலமான வெளிப்பாட்டை அக்காலகட்டத்தின் கருக்கள் (Epochal Themes)

எனலாம். ஒன்றோடொன்று எதிரெதிராக வினைபுரியும் சிக்கலான இக்கருக்களின் தொகுதியைக் கரு உலகம் (Thematic Universe) எனலாம். இதனை எதிர்கொள்ளும் மனிதர்களும் எதிரெதிரான நிலைகளை மேற்கொள்கின்றனர். இருக்கிற அமைப்பைக் காப்பதற்காக சிலர்; அதனைத் தகர்ப்பதற்காக சிலர். நமது காலகட்டத்தின் மிக அடிப்படையான கரு ஆதிக்கம். இதற்கு எதிரான கரு விடுதலை. இந்த விடுதலை சாத்தியமாகாமல் வரம்புச் சூழல் தடுக்கிறது. மனிதாயமுறுவதற்கு இவ்வரம்புச் சூழலைத் தாண்ட வேண்டியிருக்கிறது. இந்த அடிப்படையான கருவிற்குள் மேலும் மேலும் இதற்குரிய துணைக் கருக்களும் துணை வரம்புச் சூழல்களும் விரிவதைக் காணலாம். பசி, வேலையின்மை, சாதிக் கொடுமை, ஆணாதிக்கம் போன்ற இத்தகைய துணைக் கருக்களுக்கிடையேயான தொடர்புகளும் ஒட்டுமொத்தமான அடிப்படைக் கருவுடன் அவற்றிற்குரிய உறவும் அவ்வளவு எளிதில் வெளிப்படாது. எடுத்துக்காட்டாக மூன்றாம் உலகநாடுகளின் குறை வளர்ச்சிக்கும் ஏகாதிபத்தியங் களுடனான அவற்றின் காலனிய உறவிற்கும் உள்ள தொடர்பு அம்மக்களுக்கு எளிதில் புலப்படுவதில்லை. பிரச்சினை உருவாக்கக் கல்வியின் மூலம் இத்தொடர்புகள் வெளிக் கொணரப்பட்டு எதார்த்தம் அதன் முழுமையான பரிமாணங் களுடன் உருப்பெற வேண்டும். இதற்கு எந்த மக்களின் மத்தியில் விடுதலைக் கல்வியைக் கொண்டு செல்ல முடியுமோ அம்மக்களின் கரு உலகை ஆராய்ந்து அச்சூழலுக்குரிய படைப்புக் கருவைக் (Generative Theme) கீழ்க்கண்டவாறு உருவாக்கவேண்டும்.

### 6.1 தொடக்க நிலை

எந்தப் பகுதியில் கல்விப் பணியைத் தொடங்குகிறோமோ அப்பகுதி மக்களுடன் பழகி நமது நோக்கத்தை வெளிப்படுத்திக் கல்விக்கான பண்பாட்டுக் குழுக்களை (culture circles) உருவாக்குவ தோடு நம் பணி தொடங்குகிறது. பங்கேற்பவர்களிலிருந்து தேர்வு செய்யப்பட்ட உதவியாளர்களுடன் கல்விப் பணியின் நோக்கம் விவாதிக்கப்படவேண்டும். அவர்களுள் படிந்திருக்கக் கூடிய ஒடுக்கும் கல்வி பற்றிய கருத்தாக்கங்களை அவர்கள் களைந்து கொள்ள உதவிபுரிய வேண்டும்.

### 6.2 முதற்கட்டம்

பணிபுரியும் குழுவின் சொற்களஞ்சியத்தையும் தூலமான வாழ்க்கைச் சூழலையும் ஆய்வு செய்தல். பகுதி மக்களுடன் இயல்பான சந்திப்புகள் மற்றும் உரையாடல்களினூடாக இது மேற்கொள்ளப்படவேண்டும். கொஞ்சம் கொஞ்சமாய் அவர்களுடன் கலந்துபேசி அவர்களிடம் உரையாடல் மேற்கொள்ள வேண்டும். அவர்களின் அன்றாடப் பிரச்சினைகளை ஒட்டு மொத்தமான சர்வதேசியப் பிரச்சினைகளுடன் இணைப்பதாக அவ்வுரையாடல்கள் அமைதல் நலம். தூலமான சூழலை வெளிப்படுத்தும் வளமான சொற்களை அவர்களின் அன்றாடப் பேச்சுகள், பழமொழிகள், கதைகள் ஆகியவற்றிலிருந்து தொகுக்க வேண்டும். கூடவே அவர்களின் அன்றாட வேலைகள், பொழுது போக்குகள், விளையாட்டுகள், உணவுமுறை, வழிபாட்டு வடிவங்கள், பல்வேறு குழுக்களுடனான அவர்களின் உறவு முறைகள்... இப்படி எல்லாவற்றையும் கவனித்துக் குறித்துக் கொள்ள வேண்டும்.

### 6.3 இரண்டாம் கட்டம்

இவ்வாறு தொகுக்கப்பட்ட சொற்களஞ்சியத்திலிருந்து ஆக்கச் சொற்களை (Generative Words) உருவாக்க வேண்டும். அச்சொல்,

அ. ஒலி/எழுத்து வளமுடையதாகவும்

ஆ. மொழியின் சொற்சிக்கல்களை வெளிப்படுத்துவதாகவும்

இ. இயல்பான நடைமுறையுடன் தொடர்புடையதாகவும் இருத்தல் அவசியம். (எ-டு) சேரி எனப் பொருள்படும் 'ஃபவேலா' என்கிற மூன்றசைச் சொல்லை ஃப்ரெய்ரே பிரேசிலில் பயன்படுத்தினார். 'குடிசை' போன்ற மூன்றெழுத்துச் சொற்களிலிருந்து இங்கே நாம் தொடங்கலாம். இப்படி ஓர் அடிப்படை யான சொல் தொகுதியை முதலில் உருவாக்கிக்கொள்ள வேண்டும். ஒரு சூழலுக்கான சொல் தொகுதி அப்படியே இன்னொரு சூழலுக்குப் பொருந்தாது என்பது வெளிப்படை.

### 6.4 மூன்றாம் கட்டம்

அப்பண்பாட்டுக் குழுவின் வகைமாதிரியான வாழ்நிலைக் காட்சி

ஒன்றைத் தேர்வுசெய்து அதனை ஓவியமாகவோ நிழல்பட மாகவோ, ஒலி வடிவிலோ தயாரிப்பதை சமிக்ஞையாக்கம் என்கிறோம். (எ-டு) குறிப்பிட்ட பகுதியின் ஒருநாள் காலைப் பொழுதை விளக்கும் ஓர் ஓவியம்; ஒரு குடிசை, வாசலில் பாத்திரம் கழுவும் ஒரு பெண், ஆடையின்றிச் சேற்றில் விளையாடும் குழந்தைகள், தோளில் கலப்பையுடன் விவசாயத்திற்குச் செல்லும் விவசாயி என்பதாக அக்காட்சி இருக்கலாம். இவ்வாறு சமிக்ஞையாக்கப்பட்ட சூழல்கள், பிரச்சினைகளாகக் கற்றவர்களை எதிர்கொள்கின்றன. ஒருங்கிணைப்பாளரின் உதவியோடு இச்சமிக்ஞைகள் உடைக்கப்படும்போது விமர்சன உணர்வுறுதலை நோக்கி நகர்ச்சி ஏற்படுகிறது. தேர்வுசெய்யப்பட்ட ஆக்கச் சொற்களை இந்தச் சமிக்ஞைகள் உடைக்கும்போது விமர்சன உணர்வுறுதலை நோக்கி நகர்ச்சி ஏற்படுகிறது. தேர்வு செய்யப் பட்ட ஆக்கச் சொற்களை இந்தச் சமிக்ஞையின் பின்னணியில் முன்வைக்க வேண்டும். மேற்குறித்த படத்துடன் ‘குடிசை’ அல்லது ‘கலப்பை’ என்னும் சொல்லை இணைக்கலாம்.

### 6.5 நான்காம் கட்டம்

கல்வித் திட்டத்திற்கான நிகழ்ச்சிநிரல் உருவாக்கப்பட வேண்டும். நமது பணிக்கு உதவியாக இது அமைய வேண்டுமேயொழிய மீற முடியாத வறட்டுத் திட்டமாக இதனைக் கடைப்பிடிக்க வேண்டியதில்லை.

### 6.6 ஐந்தாம் கட்டம்

படைப்புச் சொல்லில் அடங்கிய எழுத்துக்களின் குடும்பங்களை உடைத்துக் காட்டும் அட்டைகள் தயாரித்தல். ‘குடிசை’ என்னும் சொல்லை ‘கு’, ‘டி’, ‘சை’ எனத் தனியாகப் பிரித்து அவற்றின் எழுத்துக் குடும்பங்களை, அருகே வரைந்து காட்டி, வரிசைப் படுத்தி எழுதிய அட்டைகளைத் தயாரித்துக்கொள்ள வேண்டும். ஓவியம், சொல், எழுத்துக் குடும்பம் ஆகியவற்றை அட்டைகளில் எழுதியோ நிழற்படங்களாகவோ உருவாக்கிக்கொள்ளலாம்.

### 6.7 ஆறாம் கட்டம் - சமிக்ஞை உடைப்பு

சமிக்ஞைகள் என்பன ஆசிரியர்-மாணவர் என்கிற அறிதலில்

ஈடுபடும் வினைசெய் உயிரிகளுக்கிடையே உரையாடலைச் சாத்தியப்படுத்தும் இணைப்புப் பொருள்களாய்ச் செயல்படு கின்றன. சமிக்ஞையில் காணப்படும் தூலமான சூழல் இதர ஒட்டுமொத்தமான அரசியல், பண்பாட்டு, பொருளாதாரச் சூழல் களுடன் விமர்சனபூர்வமாக இணைக்கப்பட்டு உரையாடல் தொடங்குகிறது. உரையாடலுக்கான இணக்கமான சூழல் மிக மிக அவசியம். சமிக்ஞையின் முழுமை உடைக்கப்பட்டுப் பகுதிகள் பகுப்பாய்வுக்கு உள்ளாக்கப்படுகின்றன. குடிசை, குடிசையின் பொருளாதாரம், ஏழ்மைக்கான காரணங்கள், சிலர் குடிசையில் உழல வேறு சிலர் மாளிகையில் இருக்கும் நிலை, சேற்றில் விளையாடும் குழந்தைகள், சுகாதாரமற்ற சூழல், குழந்தை உழைப்பு, குழந்தை வளர்ப்பு, குடும்பக் கட்டுப்பாடு, விவசாயி களின் இன்றைய நிலை, மரபு வழிப்பட்ட விவசாயக் கருவிகள், வீரிய விதைகள், பசுமைப் புரட்சி, ஏகாதிபத்தியம், உலக வங்கிக் கடன், நிபந்தனைகள், 'உதவி'... எனப் பல்வேறு உரையாடல்கள் புரிவதன் மூலம் சமிக்ஞை உடைப்பு நிகழ்கிறது. மொத்தமான அடிப்படைக் கருவில் ஐக்கியமாகியுள்ள இவை அனைத்தும் உரையாடலுக்கு உட்படும்போது முழுமை ஊடுருவப்பட்டுப் பகுதிகளாகவும் பகுதிகளுக்கிடையேயான உறவுகளாகவும் விளக்கமடைகின்றன. எதார்த்தங்களின் மீது போர்த்தப்பட்டிருந்த புனைவுத் திரைகள் கிழிகின்றன. விமர்சன உணர்வுறுதல் நிகழ்கிறது.

சமிக்ஞைச் சூழல் முற்றிலும் இவ்வாறு பகுத்தாய்வு செய்யப் பட்ட பின்பு ஆக்கச் சொல் முன்வைக்கப்பட்டுச் சமிக்ஞைக்கும் அதற்குமிடையேயான தொடர்பு நிறுவப்படுகிறது. பின்னர் சமிக்ஞை நீக்கப்பட்டுச் சொல் மட்டும் முன்வைக்கப்படுகிறது. பின்னர் எழுத்துக்கள் தனித்தனியாய்ப் பிரித்து அறிமுகம் செய்யப்படுகின்றன. பின்னர் முதல் எழுத்தின் குடும்பத்தைத் தாங்கிய அட்டை முன்வைக்கப்படுகிறது. 'க' குடும்பத்தின் உயிர்மெய்களுக்கிடையேயான ஒலிவேறுபாடுகள் பிரச்சினை யாக்கப்படுகின்றன. (எ-டு) எல்லா எழுத்துக்களும் வெவ்வேறு ஒலியை உடையதாக இருந்தபோதிலும் அடிப்படையான இணைக்கும் கூறு எது? 'க்' எனும் மெய் ஒலி கண்டுபிடிக்கப் படுகிறது. அடுத்து 'ட', 'ச' —எழுத்துக்களின் குடும்பங்கள்

அறிமுகமாகும்போது அவற்றின் மெய்கள் எளிதில் கண்டறியப் படுகின்றன. மூன்று குடும்பங்களும் அருகருகே உள்ள அட்டையை முன்வைத்து உரையாடல் மேற்கொள்ளும்போது அவற்றுக்கிடையேயான பொதுமைகள் கண்டறியப்படுகின்றன. மேலிருந்து கீழாகவும் இடமிருந்து வலமாகவும் திரும்பத் திரும்ப ஒப்பிட்டுப் பார்க்கும் போது அடிப்படையான உயிர் ஒலிகள் (அ, ஆ...) பிரித்துணரப்படுகின்றன.

அடுத்து இம்மூன்று குடும்பங்களிலுமுள்ள தனித்தனி எழுத்துக்களை இணைத்துப் புதிய சொற்களை உருவாக்க முடியுமா என்கிற கேள்வி முன்வைக்கப்படுகிறது. சிறிது நேர மௌனத்திற்குப் பின்பு கற்பவர்கள் மத்தியிலிருந்து முயற்சிகள் தொடங்குகின்றன. காடு, காசு, சீடை, சீட்டு, கட்சி, சட்டி, சடை, சடுகுடு, சோடா, குடை, சொட்டை, கொட்டு, சுக்கு, கடி, கொடு, கொடி, குட்டி, சேட்டை... எனச் சொற்கள் பிறக்கின்றன.

இரண்டாவது ஆக்கச்சொல் இவ்வாறு உரையாடலுக்குட்படும் போது அதன் குடும்ப எழுத்துக்களுக்குள் மட்டுமல்ல முந்திய எழுத்துக்களுடனும் இணைத்து மேலும் பல சொற்கள் உருவாக்கப் படுகின்றன. ஐந்தாறு சொற்கள் இவ்வாறு உடைத்துக் கோர்க்கப்பட்டு, வரி வடிவங்களும் பழக்கப்பட்ட பின்பு சுருக்கமான குறிப்புகளைத் தாமே எழுதுமளவிற்குப் பங்கேற்ப வர்கள் தயாராகின்றனர். அதே சமயத்தில் சமிக்ஞையில் வெளிப்படும் தூலமான சூழல் விமர்சனபூர்வமாய்ப் பகுப்பாய்வு செய்யப்படுகின்றது. அரிச்சுவடிகளைப் பயன்படுத்தும்போது இந்த வாய்ப்புகள் கற்பவர்களுக்கு மறுக்கப்படுவது கவனிக்கத் தக்கது. நமது பாடநூல்களில் உயிரற்ற சொற்கூட்டங்கள் பலவற்றை (எ-டு. 'காகம் பறக்கும்', 'அம்மா சமைக்கிறாள்'....) நாம் காண முடியும்.

இயற்கைமீது மனிதச் செயல்பாடு பண்பாட்டை உருவாக்கு கிறது என்கிற பண்பாடு குறித்த மானுடவியல் கருத்தாக்கத்தை உணர பாவ்லோ ஃப்ரெய்ரே பிரேசிலில் பயன்படுத்திய பத்து சமிக்ஞைகள் பற்றிய குறிப்புடன் இப்பகுதியை நிறைவு செய்யலாம்.

## 6.7. சூழல்கள்

### 6.7.1 சூழல் 1

ஒரு குடிசை, கிணறு, மரங்கள், கையில் மண்வெட்டியுடன் நின்று கொண்டிருக்கும் மனிதன், குழந்தையை அழைத்துச் செல்லும் தாய். இந்தச் சூழலைக் காட்டும் வரைபடம். இயற்கையான உலகிற்கும் அதன்மீது செயற்பட்டு மனிதன் உருவாக்கிய பண்பட்ட உலகிற்குமுள்ள வேறுபாட்டைப் பங்கேற்பவர்கள் விளங்கிக்கொள்கின்றனர். 'கிணற்றை வெட்டியது யார்? ஏன் வெட்டினார்? எப்போது? எப்படி?' என்பன போன்ற கேள்விகள் மூலம் தனது உழைப்பால் மனிதன் உலகை மாற்றியமைக்கிறான் என்கிற உண்மை சிந்திக்கப்படுகிறது. சூழலில் உள்ள இதர அம்சங்களும் இவ்வாறு பிரச்சினையாக்கப்படும்போது 'தேவை', 'உழைப்பு' என்கிற இரு கருத்தாக்கங்கள் விளக்கமுறுகின்றன. தண்ணீர்த் தேவைக்காக உழைப்பின் மூலம் கிணற்றை வெட்டி மனிதன் உலகை மாற்றியமைக்கிறான். முழுமையாக உரையாடலின் மூலமாகவே இவை விளக்கமுறுகின்றன.

### 6.7.2 சூழல் 2

மரத்தடியில் ஓர் ஆணும் பெண்ணும்; பெண்ணின் அருகில் கூடை; கையில் ஒரு புத்தகம்; தூரத்தில் ஒரு மாடு மேய்கிறது. உரையாடல் மற்றும் இரு வழிகளிலான கருத்துத் தொடர்பு ஆகியவற்றின் முக்கியத்துவத்தை விளங்கிக்கொள்வது நோக்கம். உரையாடலின் போது வினைசெய் உயிரிகளை இணைக்கும் பாலமாக உலகு அமைவதும் உரையாடலுக்குப் பரஸ்பர நம்பிக்கை, அன்பு, பணிவு, விமர்சன உணர்வு ஆகியவை எவ்வளவு முக்கியம் என்பதும் விளக்கமுறுகின்றன.

### 6.7.3 சூழல் 3

புராதன கால வேடன் வில்லால் அம்பெய்தி ஒரு புறாவை வீழ்த்துகிறான். இறகுகளால் அவன் தலை அலங்கரிக்கப்பட்டிருக் கிறது. 'வில் அம்பு, வேடனின் சிகையிலுள்ள இறகுகள் ஆகியவை பண்பாடு, இயற்கையல்ல' என்கிற முடிவைப் பங்கேற்பாளர்கள் வந்தடைகின்றனர். 'இறகுகள் எப்படிப் பண்பாட்டின் விளை

பொருளாக இருக்க முடியும், அவை இயற்கையல்லவா?' என்கிற பிரச்சினை எழும்போது, 'பறவையில் இருக்கும்வரைதான் அது இயற்கை. அலங்காரப் பொருளாக மாறியபின் அது பண்பாடு' என்கிற பதில் உருவாகிறது. சமிக்ஞைச் சூழலில் கண்ட வேடனின் காலம் இன்றைய சூழலுடன் ஒப்பிடப்பட்டு, தொன்மைக் காலம், தொன்மைத் தொழில்நுட்பங்கள், கையின் நீட்சியாய்க் கருவிகள் கண்டுபிடிக்கப்பட்டவுடன் இயற்கையும் மனிதனும் மாறும் வினோதம் ஆகியவை உரையாடப்படுகின்றன. எழுத்துக்கள் தோன்றுவதற்கு முன்பு எழுதப்படிக்கத் தெரிந்தவர், தெரியாதவர் என்கிற பிரிவு கிடையாது என்பதை உரையாடுகிறபோது இன்று எழுதப்படிக்கத் தெரியாதவர்களாயுள்ள தாங்கள் உண்மையில் எழுத்துக்கள் தோன்றாத காலத்து மனிதர்களாக இருப்பதைச் சடக்கென்று விளங்கிக்கொள்கின்றனர்.

## 6.7.4 சூழல் 4

துப்பாக்கியால் வேட்டையாடும் நவீன வேட்டைக்காரனின் ஓவியம். அருகில் நாய். இவன் இன்றைய பண்பாட்டின் பிரதிநிதி. தொழில்நுட்பத்தில் ஏற்பட்டுள்ள முன்னேற்றங்கள் மனிதனுக்கு உலகை மாற்றும் சாத்தியத்தை எவ்வாறு அதிகரிக்கின்றன; தொழில்நுட்பம், அதிகாரம் முதலியவை உரையாடப்படுகின்றன.

## 6.7.5 சூழல் 5

எலியை வேட்டையாடும் பூனை, மனிதன், மிருகம் என்கிற இரு உயிர்களுக்கிடையேயான வேறுபாடுகள்; உணர்வுற்ற உயிரியாக மனிதன் இருத்தல், உணர்வுநிலை என்பதென்ன போன்றவை உரையாடப்படுகின்றன. 'முந்திய இரு படங்களும் வேட்டையைக் குறிக்கின்றன. இது வெறும் இரைதேடும் நடவடிக்கைதான். ஏனெனில் பூனை எலியைப் பிடிப்பதன் மூலம் இயற்கை மாற்ற மடையவில்லை' என்பனவெல்லாம் பேசப்படுகின்றன.

## 6.7.6 சூழல் 6

சக்கரத்தில் அமர்ந்து துணையாளரின் உதவியோடு பாண்டம் வனையும் குயவர். அருகில் வனையப்பட்ட மண்சாடிகள். 'இயற்கையான களிமண்ணின் மீது மேற்கொள்ளப்படும்

உழைப்பு பண்பாட்டை உருவாக்குகிறது. பொருள்களைச் செய்வது எத்தனை இன்பமானது' என்றெல்லாம் உரையாடப் படுகின்றது.

### 6.7.7 சூழல் 7

மேசைமீது அலங்காரமாய் வைக்கப்பட்ட பூந்தொட்டி. 'பூக்கள் இயற்கைதான்; அலங்காரப் பொருளாகும்போது அவை பண்பாடாகின்றன' என்கிற அம்சத்தில் தொடங்கி உற்பத்திப் பொருளின் அழகியல் பரிமாணங்கள் உரையாடப்படுகின்றன.

### 6.7.8 சூழல் 8

அட்டையில் எழுதப்பட்ட ஒரு கவிதை. வாசிக்கப்பட்டவுடன் 'கவிதை' என அனைவரும் கூறுகின்றனர். கவிதை என்பது பூந்தொட்டியைப் போல ஒரு பண்பாட்டுப் பொருள்தான் என்ப தோடு எளிய கவிதை, மக்கள் மொழியில் கவிதை போன்றவை உரையாடப்படுகின்றன.

### 6.7.9 சூழல் 9

தெற்கு பிரேசில் மனிதன் ஒருவனும் வடகிழக்கு பிரேசில் மனிதன் ஒருவனும் தத்தம் மரபு உடைகளில் நின்று பேசிக்கொண்டிருக் கின்றனர். மரபுகள், பழக்கவழக்கங்கள், ஆடைமுறைகள், அவற்றிற்கான தேவைகள், தேவைகளின் அடிப்படையில் உருவான சில பழக்கங்கள், தேவையில்லாதபோதும் பழம் பெருமைகளாக, மரபுகளாக அவை எஞ்சுதல் போன்றவை உரையாடப்படுகின்றன. (இங்கே இரு சாதிகளைச் சேர்ந்த மனிதர்கள் உரையாடுவதாக ஒரு படம் அமையலாம்.)

### 6.7.10 சூழல் 10

அவர்களது வகுப்பறையே ஓர் ஓவியமாக முன்வைக்கப் படுகிறது. பங்கேற்பவர்கள் அது தங்களது சூழல் என்பதையும் அடையாளம் காண்கின்றனர். அறிவுருவாக்கம், பண்பாட்டைச் சனநாயகப் படுத்துதல், தங்களது பண்பாட்டுக் குழுவின் செயற்பாடு முதலியவை பகுத்துரையாடப்படுகின்றன.

இரண்டு பிரிவுகளில் இச்சூழல்கள் அனைத்தும் உடைக்கப் பட்டு உரையாடப்படுகின்றன. மூன்றாம் நாள் ஆக்கச் சொல்லை எடுத்துக்கொண்டு எழுத்தறிதல் தொடங்கப்படுகிறது. எதிரொலிக்கும் அவர்களின் திறமையே எதிரொலிக்கப்படுகிறது. தங்களின் நிலை, உழைப்பு, உலகை மாற்றும் தங்களின் திறன், கல்வி நிலை போன்றவை குறித்த எதிரொலிப்பை மேற்கொள்ளும் போதே கல்வி அதன் உண்மையான பொருளில் நிறைவேற்றப்படுகிறது.

'ரியோ டி ஜெனரொ' மாநிலத்திலுள்ள ஒரு பண்பாட்டுக் குழுவில் கையாளப்பட்ட படைப்புச் சொற்களஞ்சியத்திற்கு இணையான தமிழ்ச்சொற்கள் கீழே தரப்படுகின்றன: சேரி, மழை, கலப்பை, நிலம், உணவு, பாதுக் (ஒரு வகை பிரேசிலிய நாட்டுப்புற நடனம்), கிணறு, சைக்கிள், உழைப்பு, ஊதியம், வேலை, அரசு, சதுப்பு நிலம், சர்க்கரை ஆலை, மண்வெட்டி, செங்கல், சொத்து.

# 7

# ஃப்ரெய்ரேயின் மீது விமர்சனங்கள்

கல்வி குறித்த ஃப்ரெய்ரேயின் சிந்தனைகள் கூடியவரை அவரது சொற்களிலேயே இதுவரை தரப்பட்டன. தமிழ் எடுத்துக்காட்டுக்காகக் 'குடிசை' என்கிற சொல் இங்கே தேர்வு செய்யப்பட்டது. நடைமுறை அனுபவம், மொழியியல் அறிவு, பங்கேற்பவர்களுடனான உரையாடல் ஆகியவற்றின் அடிப்படையில் சரியான சொற்களஞ்சியம் உருவாக்கப்பட வேண்டும். விடுதலைக் கல்வி குறித்த ஃப்ரெய்ரேயுடைய கோட்பாட்டின் அடிப்படையிலான நடைமுறை விளக்கம் பெரும்பாலும் வயதுவந்தோர் கல்வி அடிப்படையிலேயே அமைந்துள்ளதைக் கவனித்திருக்கலாம். முறைசார்ந்த பள்ளிக் கல்வி பற்றிய அவரது முறை குறித்து விளக்கமாக அறிய முடியவில்லை: இராஷோருடன் (Ira Shor) அவரது உரையாடல் வடிவிலான நூலிலும் 'கினியாபிசா'வில் அவர் மேற்கொண்ட கல்விப் பணி குறித்த கடிதங்களடங்கிய நூலிலும் வகுப்பறைக் கல்வி விரிவாக விவாதிக்கப்பட்ட போதிலும் அவற்றில் விடுதலைக் கல்வி குறித்த அவரது கருத்தாக்கங்கள் பள்ளிச் சூழலில் மீண்டும் விளக்கப்படுகின்றனவேயொழிய தூலமான கல்விமுறை குறித்த விளக்கமில்லை. எல்லாச் சூழல்களுக்கும் பொருத்தமான கல்வி முறைகளைத் தூலமாக உருவாக்க முயல்வதோ ஃப்ரெய்ரேயின் அனுபவங்களை அப்படியே இங்கே இறக்குமதி செய்வதோ தேவையுமில்லை. தூலமான உற்பத்திச் சூழலிலிருந்து கல்விக் கூடங்களைப் பிரிக்காமல் அவற்றை உற்பத்தியுடன் இணைத்துச் செயல்படுத்த வேண்டிய அவசியம் தெரியவருகிறது. கலாச்சாரப்

புரட்சி காலத்திய சீனத்திலும் 'பெரிய வகுப்பறைகள்' என்கிற பெயரில் பண்ணைகளும் தொழிற்சாலைகளும் வகுப்பறைகளாக மாற்றப்பட்ட செய்திகள் இத்துடன் இணைத்துப் பார்க்கத்தக்கன.

இருபதாண்டு காலமாக அரசுக் கல்லூரிகளில் அறிவியல் ஆசிரியனாகப் பணிபுரிந்த அனுபவப் பின்னணியில் யோசிக்கும் போது உயர் கல்வியில் உரையாடலைச் சாத்தியப்படுத்துவது கடினமல்ல என்பது புரிகிறது. எடுத்துக்காட்டாக ஒன்று: சென்ற அரைப்பருவத்தில் நான் பாரதிதாசன் பல்கலைக்கழகப் பாடத் திட்டத்தின்படி இயற்பியல் (பட்ட) மாணவர்களுக்கு அணு இயற்பியலையும் திண்ம இயற்பியலையும் 'போதித்தேன்.' அணு அமைப்பு குறித்த ஒருமாதிரியை உருவாக்குவதில் தாம்சன் தொடங்கி ரூதர்போர்டு, போர், சாமர்ஃபெல்டு, பவுலி போன்றோர் படிப்படியாக எவ்வாறு முன்னோக்கிச் சென்றனர் என்பதும் திண்மங்களின் வெப்பப் பண்புகளை ஈன்ஸ்டின், டிபை போன்றோர் எவ்வாறு நவீனமான குவாண்டம் கொள்கையைப் பயன்படுத்தி விளக்கினர் என்பதும் பாடத்திட்டத்தை வரிக்குவரி பின்பற்றி நீண்ட வாய்ப்பாடுகளைத் தருவித்து வங்கிமுறைச் சொற்பொழிவுகள் மூலம் கற்பிக்கப்பட்டது. மாணவர்களின் மூளைகள் மட்டுமல்ல, குறிப்புகள் மூலம் அவர்களது குறிப்புப் புத்தகங்களும் 'நிரப்பப்பட்டன.' புதிய எதார்த்தங்களை விளக்கத் திராணி அற்றுப் பழைய நியூட்டோனியன் இயற்பியல் வீழ்வதையும் குவாண்டம் கொள்கை வெற்றி அடைவதையும் விளக்குகிற மிகவும் உயிர்த் துடிப்பான, உரையாடலுக்கு மிகமிக வாய்ப்பான ஒரு பாடப் பொருள் இன்றைய கல்விமுறையில் எவ்வளவு எந்திர கதியில் போதிக்கப்பட்டு மாணவர்களை மந்தைகளாக்கி வசப்படுத்தப் பயன்படுத்தப்படுகிறது என்பதைச் சிந்திக்க வேண்டியிருக்கிறது. பழைய இயற்பியலையும் குவாண்டம் கொள்கையையும் அருகருகே நிறுத்தி இவை குறித்த இன்றைய அறிவியல் உண்மைகளை ஆசிரியர்களையும் மாணவர்களையும் இணைக்கும் உரையாடலைச் சாத்தியப்படுத்துவதே விடுதலைக் கான நடைமுறையாக இருக்க முடியும். விஞ்ஞானக் கண்டு பிடிப்புகளை அவற்றின் பொருளியல், அரசியல் சூழல்களில் பொருத்தி என்னென்ன தேவைகளின் அடிப்படையில் இவை மேற்கொள்ளப்பட்டன. இவை யார் யாரால், எவ்வெவ்வாறு,

என்னென்ன நோக்கங்களுக்காகப் பயன்படுத்தப்படுகின்றன என்பதெல்லாம் உரையாடப்படுதலே மாணவர்கள் விமர்சன உணர்வுற வழிவகுக்கும்.

நீண்ட கணக்கீடுகள் மூலம் தருவிக்கப்பட்ட சூத்திரங்களை மாணவர்கள் தாமாகவே ஒரு பார்வையில் விளங்கிக்கொள்ள முடியும். அவற்றை மனப்பாடம் செய்து கக்குவது எளிதே. தலையில் நிரப்பிக்கொள்கிற 'நடுநிலையான' உண்மைகள் என்பதைக் காட்டிலும், அவற்றின் மூலம் பங்கேற்பவர் விழிப்படைகிறாரா, வசப்படுத்தப்படுகிறாரா என்பதே முக்கியம். ஓர் எடுத்துக்காட்டாகத்தான் இதை இங்கே சொன்னேன். இன்றைய சூழலில் இந்தக் கல்வி அமைப்பை அப்படியே வைத்துக்கொண்டு ஆசிரிய-மாணவர் உறவை எல்லாம் சனநாயகப்படுத்தாமல் வெறும் பாடத்திட்டத்தை மட்டுமே மாற்றி உரையாடலைச் சாத்தியப்படுத்திவிட முடியும் என இதற்குப் பொருளல்ல. சிறைச்சாலையை நினைவுபடுத்தும் நவீனமான கல்லூரிக் கட்டட வடிவம் உட்படத் தகர்க்கப்பட வேண்டும் என்பதில் ஐயமில்லை. இவற்றை எல்லாம் இன்றைய சூழலில் எந்த அளவிற்குச் சாத்தியப்படுத்த முடியும் என்கிற விவாதத்தை இறுதியில் வைத்துக்கொண்டு இங்கே ஃப்ரெய்ரேயின் மீதான சில விமர்சனங்களைத் தொகுத்துக்கொள்வோம்.

'விடுதலை இறையியலுடன்' இணைத்துக் கிறிஸ்தவ அறிஞர்கள் சிலர் ஃப்ரெய்ரேயின் கோட்பாட்டை அணுகியுள்ளனர் (Conscientisation and Deschooling - John Ellis). கல்வியை அரசியலுடன் ஃப்ரெய்ரே தொடர்புபடுத்துவதை வயதுவந்தோர் கல்வி பற்றி ஆராய்ந்துள்ள சிலர் (A Revolutionary Dilemma for Adult Educator - Stanly M. Grabowski (ed), ஏற்றுக்கொள்வது இல்லை. பீட்டர் பெர்கர் போன்ற மார்க்சிய எதிர்ப்பாளர்கள் 'விமர்சன உணர்வுறுதல்' என்கிற கோட்பாட்டை மேட்டிமைத் தனமானது எனக் கடுமையாக விமர்சிக்கின்றனர். யார் யாரை விழிப்படையச் செய்வது? விழிப்புணர்வூட்டுதல் என்பதன் மூலம் ஏற்கனவே விழிப்படைந்த 'முன்னோடிகள்' விழிப்புணர்வு அடையாத 'வெகுசனங்களை' விழிப்படையச் செய்வது என்பது மக்களைக் கேவலமாகவும் அறிவுஜீவிகளை உயர்த்தியும் வைத்து அணுகுவதில்லையா என்பது பெர்கரின் வாதம்.

ஜிம் வாக்கர் என்னும் ஒரு மார்க்சியரின் (Literature and Revolution: The Pedagogy of Poulo Freire) விமர்சனங்களைப் பின்வருமாறு தொகுக்கலாம்.

அ. எல்லாச் சமூகச் செயற்பாடுகளையும் கட்சி என்கிற அமைப்பின்கீழ் வைக்கும் போக்கை ஃப்ரெய்ரேயின் கோட்பாட்டில் காணலாம். உரையாடல் நடைபெறுவதற்கு முதலில் உரையாடல் புரிவோரிடையே அரசியல் சமத்துவம் அவசியம். அத்தகைய அமைப்பு ரீதியான சமத்துவம் ஃப்ரெய்ரேயின் கோட்பாடுகளில் விளக்கப்படவில்லை.

ஆ. ஒரு விடுதலை அடைந்த சமுதாயம் என்பது வளர்ச்சி அடையாத நாடுகளைச் சார்ந்திராமல் சுயமாக இருக்க வேண்டும் (being in itself) என்கிறார் ஃப்ரெய்ரே. இது எப்படிச் சாத்தியம்? சீனத்தில் இம்முயற்சி தோற்கவில்லையா? தான்சானியா, சாம்பியா போன்ற நாடுகளுக்கும் இந்தக் கதிதானே?

இ. ஃப்ரெய்ரேயின் கோட்பாடு கீழ்க்கண்ட அடிப்படைகளிலிருந்து இயற்றப்படுகிறது.

1. தேசிய விடுதலை இயக்கம் மற்றும் ஒரு நாட்டில் சோசலிசம் பற்றிய கொள்கையும் நடைமுறையும்

2. இருப்பியல் கிறிஸ்தவம்.

ஈ. பல்வேறு கருத்தாக்கங்களைக் கிறிஸ்தவத்துடன் ஃப்ரெய்ரே இணைக்கிறார். புரட்சியில் முன்னோடிப் பாத்திரம் வகிக்கும் குட்டி முதலாளிகள் தங்களது மேட்டிமைத்தனத்தைக் கொண்டு அடித்தட்டு மக்களுடன் அடையாளம் காண்பதை 'ஈஸ்டர்' அனுபவம் எனவும், 'உயிர்த்தெழும்' அனுபவம் எனவும் குறிப்பிடுகிறார். மக்களுடன் கலப்பதைக் கிறிஸ்துவின் கடைசி விருந்தைக் குறிக்கும் 'communion' என்கிற கருத்தாக்கத்தால் குறிப்பிடுகிறார். குட்டி முதலாளிய முன்னோடிகள் தம்மை வர்க்க நீக்கம் செய்துகொள்வதைப் பொருளியலடிப்படையில் விளக்காமல் அறிவியலடிப்படையில் விளக்குகிறார். அமில்கார் கப்ரால் போன்றோரை 'கிறிஸ்து' போலப் புனிதமாய் முன்வைக்கிறார்.

உ. சமூகத்தின் இரு துருவங்களான ஒடுக்குபவர்களுக்கும் ஒடுக்கப்படுபவர்களுக்குமிடையேயான முரண் இயங்கியல் அடிப்படையில் தீரும் என்பதுதான் மார்க்சியம். இவ்விரு துருவங்களுக்குமிடையே 'தலைமைக் குழு' (leadership group) ஒன்றைப் புரட்சியின் தேவையாக ஃப்ரெய்ரே முன்வைக்கிறார். குட்டி முதலாளிகள் பாட்டாளிகளுடன் இணைவதென்பது அவர்கள் பாட்டாளி வர்க்கமயமாதல் என்கிற பொருளியல் மாற்றத்தின் விளைவே என்கிறார் ஃப்ரெய்ரே. மார்க்சியம் 'இயங்கியலை' வைக்கும் இடத்தில் ஃப்ரெய்ரே 'உரையாடலை' வைக்கிறார்.

ஊ. ஒடுக்குமுறை பற்றிய உணர்வுறுதல் மூலம் இயந்திர கதியில் தானாகவே வர்க்கப் போராட்டம் தோன்றிவிடும் என ஃப்ரெய்ரே கருதுகிறார். உற்பத்தி உறவுகள் மாறாதபோது வர்க்க உணர்வில் மாற்றம் ஏற்படுத்துவது போதாது.

எ. மக்களுடன் கலப்பதை மிக முக்கியப்படுத்துகிறார் ஃப்ரெய்ரே. மாவோ, சேகுவாரா போன்ற பல தலைவர்கள் புரட்சியின் பல கட்டங்களில் மக்களிடமிருந்து அந்நியப் பட்டிருந்ததற்குச் சான்றுகள் உண்டு.

ஏ. மக்களை நம்புவது மிக அவசியம் என அடிக்கடி வற்புறுத்தும் ஃப்ரெய்ரே 'எப்போதும் ஐயத்துடனிரு' என்கிற சேகுவாராவின் மேற்கோளைச் சுட்டிக்காட்டி மக்களின் அறியாமை மீது ஐயம்கொள்ளச் சொல்வது ஒரு முரண்.

ஐ. ஓர் அரசியல் கல்வியாளர் என்னும் அவரது புகழ்மிக்க பணிகள் அனைத்தும் ஒரு குறிப்பிட்ட அளவு அதிகார பலத்துடன் நிறைவேற்றப்பட்டது குறிப்பிடத்தக்கது.

பாவ்லோ ஃப்ரெய்ரே மீதான இவ்விமர்சனங்களில் பல கவனத்தில் எடுத்துக்கொள்ளப்பட வேண்டியவையே. அவரது கருத்துகள் அனைத்தையும் சரி என்பதோ அப்படியே இங்கே பெயர்த்துக்கொள்வதோ தேவையில்லை. எனினும் ஒன்று முக்கியம். இவான் இல்லிச் போன்று இன்றைய கல்வி அமைப்பைச் சகட்டுமேனிக்குச் சாடுவதோடு நின்றுவிடாமல் மாற்றுக் கல்வி ஒன்றை விரிவாக முயன்றவர் ஃப்ரெய்ரே. அவருடைய கோட்பாடுகள் மாற்றுக் கல்விக்கான தளத்தில்

மட்டுமே அணுகப்பட வேண்டும். ஒட்டுமொத்தமான சமூக விடுதலைக்கான கோட்பாட்டை வகுப்பவராக நாம் அவரைக் கருத வேண்டியதில்லை. சமூக அமைப்புத்தான் கல்வி அமைப்பை உருவாக்குகிறதே ஒழிய, கல்விமுறை சமூக அமைப்பை உருவாக்கிவிடாது என்கிற கருத்தை ஃப்ரெய்ரே அடிக்கடி வலியுறுத்துகிறார். உணர்வுறுதல் என்பது வெறும் அறிவுத் தளத்தில் நடைபெறுகிற காரியமல்ல. தூலமான சமூக மாற்ற நடவடிக்கையுடன் இணைக்கப்படும்போதே அது சாத்தியம் என்கிறார். சமூக மாற்றத்திற்கான அரசியல் இயக்கத்தின் தேவையை மிக அதிகமாகவே சுட்டிக்காட்டுகிறார். அடிப்படையான சொத்து உறவுகளில் மாற்றங்கள் ஏற்பட்ட பின்பே விடுதலைக் கல்வியை முழுமையாகச் சாத்தியப்படுத்த முடியும் என்றும் கூறுகிறார். உணர்வுநிலை மாற்றங்களின் பல்வேறு நிலைகளைச் சுட்டிக்காட்டும் போதுகூட அரசியல் பொருளியல் மாற்றங்களின் விளைவாகவே உணர்வு நிலையானது மாறா நிலைத் தன்மையிலிருந்து மாற்றத்துக்குரிய நிலையை அடைகிறது என்று கூறுவது கவனிக்கத்தக்கது. அரசின் ஆதரவுடனேயே அவரது கல்விப் பணிகள் மேற்கொள்ளப்பட்டதெனினும் அந்த அரசுகள் கவிழ்ந்து சனநாயகத் தன்மையற்ற இராணுவப் பாசிச ஆட்சிகள் வரும்போது அவற்றிற்குப் ஃப்ரெய்ரே வேண்டாதவராகிவிடுகிறார் என்பதும் கவனிக்கத்தக்கது. அதே சமயத்தில் எந்த அமெரிக்காவின் எதிரியாக அவரை இராணுவ சர்வாதிகார அரசுகள் குற்றஞ்சாட்டினவோ அந்த அமெரிக்காவே அவரைத் தனது பல்கலைக்கழகமொன்றில் வருகைப் பேராசிரியராக அனுமதித்ததையும் நாம் மறந்துவிட வேண்டியதில்லை.

‘கடவுள் என்னை மக்களிடம் இட்டுச் சென்றார்; மக்கள் என்னை மார்க்சிடம் இட்டுச் சென்றனர்’ எனக் கூறி மார்க்சியத்தைக் கிறிஸ்தவத்துடன் ஃப்ரெய்ரே இணைப்பது குறித்த விமர்சனங்கள் முக்கியமானவை. மார்க்சியம் அவரைப் பொருள் முதன்மை வாதத்திற்கு இட்டுச் சென்றிருக்க வேண்டும். அது அவரைக் கிறிஸ்துவத்திலிருந்து விலக்கிக்கொண்டு வந்திருக்க வேண்டும். அல்லாமல் மார்க்சியமும் கிறிஸ்தவமும் ஃப்ரெய்ரேயில் முரணில்லாமல் இணைந்தது எவ்வாறு என்பது மார்க்சியர்கள் முன்வைக்கும் கேள்வி. இந்தக் கேள்விக்கு ஃப்ரெய்ரேயிடம்

தர்க்கபூர்வமான பதில்களில்லை. மார்க்சின் இயங்காவியல் (metaphysical) பார்வையைத் தான் ஏற்றுக்கொள்ளவில்லை எனவும் அவரது விஞ்ஞான ஆய்வையே ஏற்றுக்கொள்வதாகவும் கூறும் ஃப்ரெய்ரே எது இயங்காவியல், எது விஞ்ஞானப் பார்வை என்று விளக்குவதில்லை.

எனினும் உலகெங்கிலும் புரட்சிகரக் கட்சிகள் அதிகாரத் துவமாய் இறுகிச் சீரழிந்துள்ள நிலையில் தலைமைக்கும் அணி களுக்கும் தலைமைக்கும் மக்களுக்குமிடையேயான உறவுகள் அதிகாரத்துவம் இல்லாமல் வளர்வதற்கும் அந்த அடிப்படை யிலான ஒரு கல்விமுறைக்கும் ஃப்ரெய்ரேயிடமிருந்து பலவற்றைக் கற்றுக்கொள்வது சாத்தியம் மட்டுமல்ல, மிக அவசியமும்கூட. எல்லாவற்றையும் கேள்விக்குள்ளாக்குவது, பிரச்சினையாக்கி எதிர்கொண்டு புரிதல் அடைவது, ஆசிரியருக்கும் மாணவர்க்கும் தலைமைக்கும் அணிகளுக்கு மிடையே உரையாடலை எப்போதும் சாத்தியமாக்குவது ஆகியவை ஃப்ரெய்ரேயிடமிருந்து எடுத்துக் கொள்ளத் தேவையான அமைப்புரீதியான சமத்துவம் குறித்து நாம் எல்லோருமே யோசிக்க வேண்டியவர்களாக இருக்கிறோம்.

# 8

## இங்கே இப்போது எந்த அளவிற்குச் சாத்தியம்?

அதிகாரத்தின் துணையோடுதான் ஃப்ரெய்ரே தமது கல்விப் பணியை மூன்றாம் உலக நாடுகளில் மேற்கொண்டார் என்பதோடு இன்னும் கவனமாய்ப் பார்க்க வேண்டிய அம்சம் அந்த நாடுகளின் அப்போதைய அரசியல் சூழல்கள். காலனிய ஆட்சியின் நேரடியான பிடியிலிருந்து அப்போதுதான் அவை விடுதலையாகியிருந்தன. நிலச்சீர்திருத்தங்களும் சனநாயக நடைமுறைகளும் மேற்கொள்ளப்பட்ட பின்னணியில் ஒவ்வொரு குடிமகனும் அரசுடன் தன்னை ஐக்கியப்படுத்திக்கொண்டு தேச உருவாக்க உத்வேகத்துடன் செயல்பட்டுக்கொண்டிருந்த தருணம் அது. கினியாபிசா, சிலி போன்ற நாடுகளில் ஃப்ரெய்ரேயின் அனுபவங்களைப் படிக்கும்போது அந்த மக்கள் எத்தனை ஆர்வமுடன் நாட்டுப்பணியில் ஈடுபட்டிருந்தனர் என்பது நமக்கும் வியப்பாக இருக்கிறது. பெரும்பான்மையான மக்கள் எழுதப் படிக்க அறிந்திருத்தல் என்பதை மிக அவசியமான தேவையாக உணர்ந்திருந்தனர். கல்வியில் மட்டுமின்றிச் சமூக அமைப்பின் சகல துறைகளிலும் இணையான மாற்றங்கள் நிகழ்ந்துகொண்டிருந்ததையும் ஒட்டுமொத்தத் திட்டத்தின் ஓரங்கமாக ஃப்ரெய்ரேயின் கல்விமுறை செயல்பட்டதையும் நாம் பார்க்கிறோம். பொருளாதார மாற்றங்களுடன் இணையாத போது கல்வி முயற்சி தோல்வியடைகிற வாய்ப்பை ஃப்ரெய்ரே சுட்டிக் காட்டுகிறார்.

சகல துறைகளிலும் தேக்கமும் சனநாயக மறுப்பும் மதவாதப் பிற்போக்கு உயிர்ப்பும் நிகழும் இன்றைய நமது

சூழலில் ஃப்ரெய்ரேயின் எச்சரிக்கையை நாம் மிகக் கவனத்துடன் கணக்கில் எடுத்துக்கொள்ள வேண்டியிருக்கிறது. நமது பணி ரொம்பச் சிக்கலானது, கடினமானது என்கிற புரிதல் நமக்குத் தேவை. நமது முயற்சிக்கு அரசு தடையாக இருக்கும் என்பதையும் நாம் கவனத்தில் எடுத்துக்கொள்ள வேண்டும்.

நிறுவனரீதியான முறைசார் கல்வியில் மாற்றுக் கல்வி முறையைச் சாத்தியப்படுத்துவதென்பது இன்றைய சூழலில் சாத்தியமில்லை என்பது வெளிப்படை. மாற்றுக் கல்வி பற்றிய சிந்தனையின் தேவையே இன்று பெரும்பாலான மாணவர்கள்/ பெற்றோர்கள்/ஆசிரியர்களிடத்தில் அறிமுகமாகியிருக்கவில்லை. இன்றைய கல்விமுறையே சிறந்தது என்கிற எண்ணமே உறுதியாய் நிலவுகின்றன. ஆசிரியர்-மாணவர் உறவு பற்றியெல்லாம் மிகவும் பிற்போக்கான கருத்துகள்தாம் ஆசிரியர்கள் மத்தியில் நிலவுகின்றன. இன்றைய கல்விமுறையின் பொய்மையை, ஏமாற்றை, கொடுமையை நாம் குறிப்பாக ஆசிரியர்-மாணவர் மத்தியில் கொண்டு செல்ல வேண்டியிருக்கிறது. அதுவும் எளிதான காரியமில்லையெனினும் கல்விமுறையின் ஆகக் கீழாக அமைந்து ஒடுக்கப்படுகிற பிரிவினரான மாணவர்கள் மத்தியில் இன்றைய கல்விமுறையை அம்பலப்படுத்தும் விசயத்தில் நாம் கீழ்க்கண்ட அம்சத்தைக் கவனத்தில் எடுத்துக் கொள்ளலாம்.

இன்றைய ஒடுக்குமுறைக் கல்வியையும் திணிக்கப்படும் பாடங்களையும் மாணவர்கள் எதிர்ப்பின்றி ஏற்றுக்கொள்வ தில்லை என்பதை நாம் கவனிக்க வேண்டும். நிறுவனங்களிலும் பல்கலைக்கழகங்களிலும் வெளியிலுமான சனநாயக உரிமை களுக்காகப் போராடுவது முதல், வகுப்புகளை 'கட்' அடிப்பது, ஆசிரியர்களைக் கேலிசெய்வது, சொற்பொழிவுகளைக் கவனிக் காமலிருப்பது, தேர்வுகளில் 'காப்பி' அடிப்பது, தாமதமாக வருவது, நிறுவன ஒழுங்குகளை மீறுவது, பாடங்களைப் படிக்காமல் 'நோட்ஸ்'களைப் படிப்பது எனப் பல வடிவங்களில் இத்தகைய எதிர்ப்புகள் (resistances) மேற்கொள்ளப்படுகின்றன. இவற்றில் பெரும்பாலான எதிர்ப்புகள் அமைப்புரீதியாக ஒழுங்கு திரட்டப்படாததால், நிலவுகிற அதிகார அமைப்பிற்கு எதிரான ஓர் இறுதிச் சவாலாக அமைந்துவிடுவதில்லை.

இதனால் அதிகாரப்பூர்வமான அதிகார அமைப்பு இதனைக் கண்டும் காணாமல் ஒரு குறிப்பிட்ட அளவுவரை அனுமதித்து வருவதையும் நாம் காணமுடிகிறது. நிலவுகிற அதிகார அமைப்பிற்கு ஓர் இறுதியான சவாலாக இல்லாத போதும் மேற்குறித்தவை போன்ற நடவடிக்கைகள் மூலம் ஒடுக்கப்படுகிற பிரிவினரான மாணவர்கள் ஒரு தற்காலிகமான அதிகாரப் பகிர்வைப் பெறுவதையும் கவனிக்கலாம்.

பள்ளி ஒழுங்குகளையும் பாடத்திட்டங்களையும் முழுமையாகப் பின்பற்றுகிற 'நல்ல'/சிறந்த மாணவர்கள் தேர்வுகளில் மிகச் சிறந்தமுறையில் வெற்றிபெறலாம். ஆனால் படிக்கும் போதும் சரி, சமூக நிலைகளை உறுதிசெய்துகொண்ட பின்னும் சரி இவர்களில் பெரும்பாலோர் சமூக மாற்றத்திற்கு எதிரானவர்களாகவே உள்ளனர். இவர்களை மைய நீரோட்ட மாணவர்கள் எனலாம். சாதி, சமய, அரசியல் செல்வாக்குகளைப் பயன்படுத்தி மாணவர் சங்கம் போன்றவற்றில் வென்று நிறுவனத்திற்குள் அதிகார சக்திகளாக விளங்குகிற மாணவர்களையும் மைய நீரோட்டத்தைச் சேர்ந்தவர்களாகவே கருதவேண்டும். இவர்கள் மத்தியில் மாற்றுக் கல்வி பற்றிய சிந்தனைகளைக் கொண்டு செல்வது சிரமம்.

எனவே மாற்றுக் கல்விச் சிந்தனையை மாணவர்கள் மத்தியில் கொண்டுசெல்கிற முயற்சியில் விளிம்பிலுள்ள மாணவர்களுக்கு முன்னுரிமை கொடுக்கலாம். இன்றைய கல்வி/அதிகார வன்முறைகளுக்கு எதிரான அவர்களது எதிர்ப்புகள் ஒருங்கு திரட்டப்பட வேண்டும்; பத்திரிகைகள் மற்றும் பண்பாட்டு நடவடிக்கைகள் மூலமாக அவர்கள் கவனம் ஈர்க்கப்பட வேண்டும்; தாங்கள் உதவாக்கரைகளல்லர் என்கிற எண்ணம் உருவாக்கப்பட வேண்டும். இத்தகைய கண்ணோட்டத்துடன் மாணவர்கள் மத்தியில் பண்பாட்டுக் குழுக்களை உருவாக்கி மாற்றுக் கல்வி முயற்சிகளை மேற்கொள்ளலாம். இன்றைய கல்விமுறையையே வினைபடுபொருளாக்கி உரையாடல் மேற்கொள்ளப்படும் போது இன்றைய கல்விச் சீர்கேடுகள் அடையாளம் காணப்பட்டு அவற்றிற்கு எதிரான செயல்கள் உருவாகும் என்று நம்புவோம்.

# 9

# பின்குறிப்பு

செயல்கள், பெயரிடுதல், சமிக்ஞை உடைப்பு போன்ற ஆழமான கருத்தாக்கங்களை ஃப்ரெய்ரே பயன்படுத்துகிறார். இவற்றிற்குரிய ஆங்கிலச் சொற்களின் நேரடியான, சரியான மொழியாக்கங்களாக இவற்றைக்கொள்ள வேண்டியதில்லை. ஒப்பிட்டுப் பார்ப்பதற்காக ஆங்கிலச் சொற்கள் அடைப்புக்குறிகளுக்குள் தரப்பட்டுள்ளன. மேலும் சிறந்த மொழியாக்கங்களை நாம் முயற்சி செய்யலாம். ஒருமுறை கருத்தாக்கம் வரையறுக்கப் பட்டால் பின் கட்டுரையில் அச்சொல் பயன்படுத்தப்படும் இடமெல்லாம் அந்த முழுமையான வரையறையின் பொருள் ஆழத்துடன் அதனை அணுக வேண்டும்.

## 9.1 பாவ்லோ ஃப்ரெய்ரே சிந்தனைகளைத் தொகுக்கப் பயன்பட்ட அவருடைய நூல்கள்

*Education for Liberation,* ECC Publications, Bangalore 1983.

*Cultural Action for Freedom,* Penguin, England, 1977.

*Pedagogy of the Oppressed,* Penguin, England, 1986.

*Education for Critical Conciousness,* Continuum Books, Newyork, 1974.

*Pedagogy in Progress* (The letters to Cuines Bisson), W.R.P.C., Britain, 1987.

*A Pedagogy for Liberation* (Dialogue with Irashor), Macmillan, London, 1987.

## *9.2 இதரர் எழுதிய நூல்கள்*

Mary Pillai, *Let My Country Awake*, APSSS, Secundarabad.

Robert Mackie, (Ed). *Literacy and Revolution: The Pedagogy of Paulo Freire*, Pluto press, London, 1980.

## *9.3 ஒப்பிட்டுப் பார்ப்பதற்காகக் கல்வி குறித்து நன்னூல் பாயிரத்தில் தொகுக்கப்பட்டுள்ள சில விளக்கங்கள் கீழே தரப்படுகின்றன*

***நல்லாசிரியர் எனப்படுபவர் யார்?***

குலனருள் தெய்வங் கொள்கை மேன்மை
கலைபயில் தெளிவு கட்டுரை வன்மை
நிலைமலை நிறைவோல் மலர்நிகர் மாட்சியும்
உலகிய லறிவோ டுயர்குணம் இணையவும்
அமைபவன் நூலுரை ஆசிரி யன்னே

***மாணாக்கர் என்போர் யார்?***

தன்மகன் ஆசான் மகனே மன்மகன்
பொருள்நினி கொடுப்போன் வழிபடு வோனே
உரைகோ ளாளற் குரைப்பது நூலே

***எப்படிப் பாடஞ்சொல்ல வேண்டும்?***

ஈதல் இயல்பே இயம்புங் காலைக்
காலமும் இடமும் வாலிதின் நோக்கிச்
சிறந்துழி இருந்துதன் தெய்வம் வாழ்த்தி
உரைக்கப் படும்பொருள் உள்ளத் தமைத்து
விரையான் வெகுளான் விரும்பி முகமலர்ந்து
கொள்வோன் கொள்வனாக அறிந்தவன் உளங்கொளக்
கோட்டமில் மனத்தின் நூல் கொடுத்தல் என்ப.

***எப்படிப் பாடங் கேட்க வேண்டும்?***

கோடன் மரபே கூறுங் காலைப்
பொழுதொடு சென்று வழிபடல் முனியான்

குணத்தொடு பழகி அவன் குறிப் பிற்சார்ந்
திருவென இருந்து சொல்லெனச் சொல்லி
பருகுவன் அன்னஆர் வத்த னாகிச்
சித்திரப் பாவையின் அத்தக வடங்கிச்
செவிவா யாக நெஞ்சுகள னாகக்
கேட்டவை கேட்டவை விடாதுனத் தமைந்துப்
போவெனப் போதல் என்மனார் புலவர்.

நன்னூல் கருத்துகள் அனைத்தும் பாவ்லோ ஃப்ரெய்ரேயின் சிந்தனைக்கு முற்றிலும் எதிராக இருப்பதைக் கவனிக்க. வங்கி முறைக் கல்வியின் மிகச் சிறந்த இலக்கணமாக இப்பாடல்கள் அமைகின்றன.

### 9.4 நன்றி

தேவையான நூல்கள் அருட்தந்தை எக்ஸ். டி. செல்வராசு, தோழர்கள் எஸ்.எஸ். கண்ணன், புதுவை அருணன் ஆகியோரிட மிருந்து பெறப்பட்டன.

*(குறிப்பு: இந்த நூல் ஒரு பெரும் கட்டுரையாக நிறப்பிரிகை பிப்ரவரி, 1992 இதழில் வெளியிடப்பட்டது.)*

ஐஐ